മൃണാളിനി എന്ന ദേവദാസി

NOVEL

കെ ആർ അജിത്ത്

നഷ്ട പ്രണയത്തിന്റെ ജ്വലിക്കുന്ന ഓർമ്മകൾ നെഞ്ചിലെ
നെരിപ്പോടിൽ ഇപ്പോഴും സൂക്ഷിക്കുന്നവർക്ക്...

ഉള്ളടക്കം

കെ ആർ അജിത്ത്

1975ൽ കോഴിക്കോട് ജില്ലയിൽ ജനിച്ചു. അച്ഛൻ കെ. റിച്ചാർഡ്, അമ്മ ദേവപ്രിയ.
എം എ, ബി.എഡ്, സെറ്റ്, എം ബി എ (എച്ച് ആർ എം), അഡോളസെൻറ് കൗൺസിലിങ്ങിൽ ഡിപ്ലോമ എന്നിവ നേടിയിട്ടുണ്ട്. 'കാത്തിരിപ്പിനൊടുവിൽ' എന്ന കഥാസമാഹാരം 2015ൽ പിയാനോ പബ്ലിക്കേഷൻസ് പ്രസിദ്ധീകരിച്ചിട്ടുണ്ട്. എസ് സി ഇ ആർ ടിയുടെ ആരോഗ്യ ജീവിത നൈപുണി വിദ്യാഭ്യാസവുമായി ബന്ധപ്പെട്ട് ഹ്രസ്വചിത്രങ്ങൾക്ക് തിരക്കഥകൾ രചിച്ചിട്ടുണ്ട്. ഇപ്പോൾ വടകര ബി ഇ എം ഹയർ സെക്കന്ററി സ്കൂളിൽ വൈസ് പ്രിൻസിപ്പൽ ആയി സേവനമനുഷ്ഠിക്കുന്നു.

കടപ്പാട്

ഈ നോവൽ എഴുതി പൂർത്തീകരിക്കാനാവശ്യമായ എല്ലാവിധ പ്രോത്സാഹനങ്ങളും നിർദ്ദേശങ്ങളും നിരന്തരം നല്കിയ പ്രിയ സുഹൃത്തുക്കളോടുള്ള സ്നേഹവും നന്ദിയും അറിയിക്കട്ടെ...

മുഖവുര

പ്രിയരെ,

നിലാവിൽ കുളിച്ച രാത്രികളിൽ ഭാവനയുടെ തോണി തുഴഞ്ഞ് പ്രണയ തീരത്തിലേക്ക് നടത്തിയ ഒരു യാത്രയാണ് ഈ നോവൽ. സ്വപ്നവും യാഥാർത്ഥ്യവും വേർതിരിക്കാൻ ആവാത്ത തരത്തിൽ ഇതിൽ പലയിടങ്ങളിലും സമ്മേളിച്ചിട്ടുണ്ട്;അതൊന്നും മുൻകൂട്ടി ആസൂത്രണം ചെയ്ത് എഴുതിയതല്ല. ഏതോ അദൃശ്യ ശക്തിയുടെ പ്രേരണയാൽ ഇതൾ വിരിഞ്ഞ സാങ്കല്പിക ലോകമാണ് നിങ്ങൾക്ക് മുമ്പിൽ തുറന്നിടുന്നത്. കഥാപാത്രങ്ങൾ പലരും നമ്മുടെയെല്ലാം ജീവിതത്തിന്റെ വ്യത്യസ്ത വഴിത്താരകളിൽ ഒരുപക്ഷേ നമ്മൾ കണ്ടുമുട്ടിയവർ ആയിരിക്കാമെങ്കിലും അവർ കൂടുതൽ മിഴിവോടെ നമുക്ക് മുന്നിൽ ഇതിലൂടെ സ്വയം അനാവൃതമാവുകയാണ്.അവരുടെ വ്യതിരിക്തമാർന്ന എല്ലാ വൈകാരിക അനുഭവങ്ങളിലൂടെയും സഞ്ചരിക്കുമ്പോൾ നാം അടയാളപ്പെടുത്തുന്നത് നമ്മെ തന്നെയാവാം....

നന്ദി,

കെ ആർ അജിത്ത്.

1

അധ്യായം ഒന്ന്

ചുട്ടുപൊള്ളുന്ന ടാറിട്ട റോഡിൽ ചെരുപ്പില്ലാതെ നടക്കുന്നവന്റെ അസഹനീയമായ ഭാവമാണ് ചിലപ്പോൾ മൃണാളിനിയെ കാണുമ്പോൾ എനിക്കനുഭവപ്പെടുന്നത്. പ്രത്യേകിച്ച് യാതൊരു ബന്ധവും അവളുമായി അവകാശപ്പെടാനില്ലെങ്കിലും, എന്റെ കടയിൽ നിന്നും അവൾ സന്ധ്യാനേരത്ത് ഒരു പാക്കറ്റ് കോൺഡവും ഒരു കുളി സോപ്പും വാങ്ങി രവിയുടെ 'മിടുക്കി' ഓട്ടോയിൽ കയറി എങ്ങോട്ടോ പോകുന്നത് ഒരു പതിവ് കാഴ്ചയാണ്.

സദാചാരവാദികളുടെ പൊട്ടക്കിണറാഴങ്ങളിൽ വലിച്ചെറിയപ്പെട്ട ഈ പാഴ്ജന്മത്തിനെ ആരും കാര്യമായി ഗൗനിക്കാറില്ല. അവൾക്ക് ഏഴ് നിറത്തിലും തരത്തിലുമുള്ള സാരിയും ബ്ലൗസും കുപ്പിവളകളുമുണ്ട്. എന്റെ സൂക്ഷ്മനിരീക്ഷണത്തിലൂടെ ഓരോ ദിവസവും അവൾ ധരിക്കാൻ സാധ്യതയുള്ള നിറങ്ങൾ ഞാൻ പഠിച്ചെടുത്തു കഴിഞ്ഞു. അവളുടെ വീടോ, നാടോ, കുടുംബ വിശേഷങ്ങളോ ഒന്നും മറ്റുള്ളവരെപ്പോലെ എനിക്കറിയാൻ എന്തോ താല്പര്യം തോന്നിയില്ല. മറ്റു കടകളിൽ നിന്നും ദൂരെ മാറി ഒറ്റയ്ക്ക് ഈ കട്ട് റോഡിന്റെ പാർശ്വം പറ്റി ആരെയും ആകർഷിക്കാത്ത തരത്തിൽ അണിയിച്ചൊരുക്കപ്പെട്ട ഒരു കടയായതിനാൽ

ആവാം അവൾ എന്നും ഇവിടേക്ക് വരുന്നത്. ഒറ്റപ്പെട്ടവർക്കല്ലേ അതിന്റെ വേദന അറിയൂ.

എവിടയോ നിന്ന് അവൾ അഞ്ചരയ്ക്കുള്ള ബസ്സിൽ കവലയിൽ വന്നിറങ്ങും. ആ അങ്ങാടിയിലെ ആബാലവൃദ്ധം ജനങ്ങളെ ശ്രദ്ധിക്കാതെ അവൾ എന്റെ കടയെ ലക്ഷ്യമാക്കി കൈയിലെ ചെറിയ വാനിറ്റി ബാഗിൽ ഇടത് കൈകൊണ്ട് തടവി, വലത് കൈയിലെ നീലക്കുട കൈവെള്ളയിൽ അമർത്തിപ്പിടിച്ച് അന്ന നടയെ അനുസ്മരിപ്പിക്കുമാറ് വരുന്നത് കാണുമ്പോൾ ഞാൻ അഭിമാന പുളകിതനാവും. അസൂയാലുക്കളുടെ കൺകോണിലെ ദുഷ്ടലാക്ക് എന്റെ ഹൃത്തടങ്ങളിൽ സർപ്പദംശനമേല്പിക്കുന്നത് എത്രയോ തവണ ഞാൻ തിരിച്ചറിഞ്ഞിട്ടുണ്ട്. അവൾ കടയിൽ എത്തിക്കഴിഞ്ഞ് നിമിഷങ്ങൾക്കുള്ളിൽ പരുന്ത് കോഴിക്കുഞ്ഞിനെ റാഞ്ചുന്ന പരുവത്തിൽ രവി ചുണ്ടിൽ ഒരു ബീഡിയും തിരുകി പറന്ന് വരും. അത്തരമൊരു സന്ദർഭത്തിലാണ് അവളുടെ പേര് എനിക്ക് മനസ്സിലാവുന്നത്. പതിവായി വരുന്ന അവൾ ഒരു ദിവസം കടയിൽ വന്നില്ല. അന്ന് രവി കടയിലേക്ക് കയറി വന്നു. മൃണാളിനി വന്നില്ലേ എന്ന് ചോദിച്ചു. ആ പേര് കേട്ട് ഞാൻ അമ്പരന്നെങ്കിലും ഉദ്ദേശിച്ച ആളെ പെട്ടെന്ന് പിടികിട്ടിയതിനാൽ ഇന്നു കണ്ടില്ല എന്ന് മറുപടി കൊടുത്തു.

അവൾ പേരുപോലെ തന്നെ സുന്ദരിയായിരുന്നു. ചീകിയൊതുക്കിയ മുടിയിഴകൾ നിതംബം വരെ അതിർത്തി കാത്തു. ഇരുനിറമാർന്ന അവളുടെ വശ്യമനോഹര രൂപത്തിൽ നയനങ്ങൾ വിടർന്ന് നിന്നു. ഉയർന്ന നാസിക അവളിൽ കുലീനഭാവമുണർത്തി. ശില്പസമാനമായ ശരീരവടിവും ഉരുണ്ട മാറിടങ്ങളും അവളുടെ ആകർഷണീയതയ്ക്ക് മാറ്റ് കൂട്ടി. പ്രൗഢമായ അംഗചലനങ്ങളോട് കൂടിയ ഗമനത്തിനിടയിലും ലാവണ്യമൂറുന്ന അധരങ്ങളിൽ

എപ്പോഴും അവൾ ഒരു മന്ദസ്മിതത്തെ ഒളിച്ചുവെച്ചു. ഒരു നർത്തകിയുടെ ലാസ്യഭാവം അവളുടെ ഇടത്തെ കവിളിലെ നുണക്കുഴിയിൽ നിറഞ്ഞ് തുളുമ്പുന്നത് ഞാൻ ഇടയ്ക്ക് ഒരു മിന്നായം പോലെ കാണാറുണ്ട്.

അന്ന് വൈകുന്നേരം ഒരു ചാറ്റൽ മഴ ഉള്ളതിനാൽ കട നേരത്തെ അടയ്ക്കാൻ ഞാൻ തീരുമാനിച്ചു. എനിക്കാരോടും ചോദിക്കേണ്ട കാര്യമില്ല, ഞാൻ തന്നെയാണ് എന്റെ ബോസ്. അടിമപ്പണി ചെയ്യാൻ താല്പര്യമില്ലാത്തതിനാൽ ബി.എ ഇക്കണോമിക്സിന് സെക്കന്റ് ക്ലാസ് ലഭിച്ചിട്ടും ഞാൻ ഒരു കമ്പനിയിലേക്കോ സ്ഥാപനത്തിലേക്കോ ഇന്റർവ്യൂവിനായി കടന്നു ചെന്നില്ല. ജാതി, മത ചിന്തകൾക്ക് ഉപരിയായി ബോധമണ്ഡലത്തെ സ്ഥാപിച്ചതിനാൽ കേരള പി എസ് സിയും എഴുതിയില്ല. അതിനാൽ തന്നെ അച്ഛന്റെ കാല് പിടിച്ച്, ആകെ ഉണ്ടായിരുന്ന അഞ്ച് സെന്റിന്റെ ഓടിട്ട വീട് സഹകരണ ബാങ്കിൽ (ആരോടാണ് സഹകരണമെന്ന് ഇതുവരെ മനസ്സിലായിട്ടില്ല) പണയപ്പെടുത്തി രണ്ട് ലക്ഷം രൂപ വായ്പ എടുക്കുകയും ഈ കട തുടങ്ങുകയും ചെയ്തു. പിന്നീട് ആ വായ്പയുടെ തിരിച്ചടവ് മുടങ്ങിയപ്പോൾ വീടും സ്ഥലവും ജപ്തി ചെയ്യപ്പെട്ടതും എന്നെ വീട്ടിൽ നിന്നും എന്നേന്നേക്കുമായി പുറത്താക്കിയതുമായ കഥ ഇവിടെ സാംഗത്യമല്ലാത്തതിനാൽ ചേർക്കുന്നില്ല. അച്ഛനും അമ്മയും ഇളയ സഹോദരിയും ഒരു വാടക വീട്ടിലേക്ക് മാറുകയും ഒന്നു വീതം മൂന്ന് നേരം എന്നെയും പ്രാകി ശിഷ്ടകാലം ഉന്തി തള്ളി നീക്കുകയുമായിരുന്നു.

കട മോടി പിടിപ്പിച്ച് കച്ചവടം ഉഷാറാക്കാൻ വാർഡ് മെമ്പർ പരമു പിള്ളയടക്കം ഒട്ടേറെ പേർ എന്നോട് പല തവണ പറഞ്ഞതാണ്. മറ്റുള്ളവരുടെ ഉപദേശങ്ങൾ പഴം ചക്കപോലെ എനിക്ക് വിഴുങ്ങാൻ പ്രയാസമുള്ളതിനാൽ എന്റെ ബധിരകർണ്ണങ്ങളിൽ വേദമോതിയിട്ട് കാര്യമില്ലെന്ന്

തിരിച്ചറിഞ്ഞ അവർ ഉദ്യമം അവസാനിപ്പിച്ച് പുഴക്കരയിൽ ചൂണ്ടയിടാൻ തുടങ്ങി.

കട പൂട്ടാനായി സാധനങ്ങൾ ഓരോന്നായി പെറുക്കി വെയ്ക്കുമ്പോഴാണ് പിറകിൽ നിന്നും മൃണാളിനിയുടെ മധുര ശബ്ദം എന്റെ കർണ്ണങ്ങളെ തഴുകിയത്. സാധാരണ അവൾ ചോദിക്കാതെ തന്നെ വേണ്ട സാധനങ്ങൾ എന്തെന്ന് അറിയുന്നതിനാൽ എടുത്തു കൊടുക്കുകയാണ് പതിവ്. കൃത്യം പണവും അവൾ തരുന്നതിനാൽ ഞങ്ങൾക്കിടയിൽ സംഭാഷണങ്ങൾ ചേക്കേറാറില്ല. പതിവിനു വിപരീതമായി അവളുടെ ഭാവങ്ങൾ എന്നെ തെല്ലൊന്നുലച്ചു. ഞാൻ നോക്കിയപ്പോൾ അല്പം പരിഭ്രമത്തിന്റെ മേമ്പൊടിയോടെ അവൾ എന്റെ നേർക്ക് ഒരു ലോങ്ങ് കവർ എടുത്ത് നീട്ടി. അന്തം വിട്ട് കുന്തം വിഴുങ്ങിയ പോലുള്ള എന്റെ നില്പ്കണ്ടിട്ട് അവൾ സങ്കോചത്തോടെ നീട്ടിയ കവർ ബാഗിലിട്ടു. ഒന്നും പറയാതെ നിന്നു. ചില സന്ദർഭങ്ങളിൽ ഇങ്ങനെയാണ് ഒരു കാര്യവുമില്ലാതെ നെഞ്ചിടിപ്പ് കൂടും പ്രജ്ഞ മരവിച്ച് പോകും. എന്റെ ശബ്ദത്തിന് എന്തോ സംഭവിച്ചിരിക്കുന്നു. അത് മുങ്ങാങ്കുഴിയിട്ട് ഏതോ പാതാളത്തിൽ പോയി ഒളിച്ചതായി തോന്നി. അവളുടെ വശ്യ നയനങ്ങളിൽ ക്ഷണിക്കപ്പെടാത്ത അതിഥിയെപ്പോലെ രണ്ടു തുള്ളി കണ്ണീർ ഉറഞ്ഞ് വരുന്നത് ഞാനറിഞ്ഞു. എന്തെങ്കിലും പറയാൻ സർവശക്തിയുമെടുത്ത് ഒരു വൃഥാ ശ്രമം നടത്തുന്നതിനിയിൽ രവിയുടെ ആ ശകടം എവിടെ നിന്നോ പാഞ്ഞു വന്നു. അവന്റെ ഒടുക്കത്തെ ഹോണടി ശബ്ദം അവളെ ചിന്തകളിൽ നിന്നും ആട്ടിയകറ്റി. അവളെയും കൊണ്ട് വെളുത്ത പുകയും തുപ്പി'മിടുക്കി ' ഓടിപ്പോകുന്നത് കണ്ടപ്പോൾ നൈരാശ്യത്തിന്റെ കൊക്കയിലേക്ക് എന്റെ മനസ്സ് കൂപ്പുകുത്തി.

എന്റെ ചില നേരത്തുള്ള ചിന്തയും രീതികളും പല കുഴപ്പത്തിലും അകപ്പെടാൻ ഞാൻ തന്നെ മെനയുന്നതായി തോന്നാറുണ്ട്. അല്ലെങ്കിൽ അവൾ നീട്ടിയ കവർ വാങ്ങാതെ അതെന്താണെന്ന് പോലും ചോദിക്കാതെ ഒരു മന്ദനെപ്പോലെ എന്തിനാണ് നിന്നത്. ഇപ്പോഴാണ് അച്ചൻ എപ്പോഴും പറയാറുള്ള 'വകതിരിവില്ലാത്തവൻ' എന്ന പ്രയോഗത്തിന്റെ ആഴവും പരപ്പും എനിക്ക് മനസ്സിലായത്. എനിക്ക് എന്നോടു തന്നെ പരമപുച്ഛം തോന്നിയപ്പോൾ സാധനങ്ങൾ എല്ലാം ഒരുവിധം വാരിവലിച്ച് അകത്തിട്ട് കട പൂട്ടി, ടൗണിലേക്ക് ബസ്സ് കയറി. ഏതെങ്കിലും ബാറിൽ കയറി ഒരു 'കല്യാണിയോ കിങ്ങ് ഫിഷറോ ' വാങ്ങിയടിച്ചാൽ മാത്രമേ എന്റെ തലച്ചോറിന്റെ പെരുപ്പ് മാറുകയുള്ളൂ എന്ന് ഉറപ്പിച്ച് കൊണ്ട് ബസ്സിന്റെ കമ്പിയിൽ അമർത്തിപ്പിടിച്ചിരുന്നു.

ഇളം പ്രകാശമാർന്ന ബാറിന്റെ ഉൾവശത്തെ ഒഴിഞ്ഞ മൂലയിരുന്ന് നുരഞ്ഞ് പൊന്തുന്ന 'കല്യാണിയെ ' നോക്കി ഞാൻ നെടുവീർപ്പിട്ടു. മസാലക്കടല വായിലിട്ട് നിർദ്ദയം ചവച്ചരക്കുമ്പോൾ മൃണാളിനിയുടെ സുന്ദരമുഖം ഹൃദയാന്തർഭാഗത്ത് തെളിഞ്ഞ് വന്നു. ആരെക്കെയോ ചേർന്ന് ചവച്ച് തുപ്പുന്ന താംബൂലത്തിന്റെ നിറമായിരുന്നു അവൾക്കപ്പോൾ ഉണ്ടായിരുന്നത്. എന്തായിരിക്കുമവൾക്ക് പറയാൻ ഉണ്ടായിരുന്നത്?. കവറിൽ എന്തായിരിക്കും?. രണ്ടാമത്തെ കുപ്പിയുടെ അടപ്പ് ഓപ്പണർ കൊണ്ട് ടൈ കെട്ടിയ കോന്തൻ തുറക്കുമ്പോൾ ഉണ്ടായ ശബ്ദത്തിൽ എന്റെ ചിന്തകൾ മാറ്റൊലി കൊണ്ടു. ബാക്കി തുക മേശമേൽ കൊണ്ടു വെച്ച മീശ മുളയ്ക്കാത്ത പയ്യനെ ഒന്നിരുത്തി നോക്കിയ ശേഷം"കീപ്പ് ദി ചേയ്ഞ്ച് "എന്ന ആംഗലേയമോതി ഒരു പഞ്ഞിക്കെട്ടു കണക്കെ ഞാൻ പതിയെ പുറത്തേക്ക് നടന്നു.

കറ കറ ശബ്ദം പുറപ്പെടുവിക്കുന്ന കട്ടിലിൽ തിരിഞ്ഞും മറിഞ്ഞും കിടന്നെങ്കിലും നിദ്രാദേവി നീരാട്ടിന് പോയതിനാൽ ആയിരിക്കണം എന്നെ കടാക്ഷിച്ചതേ ഇല്ല. മൃണാളിനിയുടെ വശ്യമനോഹര നയനങ്ങൾ എന്റെ ഹൃദയഭിത്തികളിൽ നിലാവ് പടർത്തിക്കൊണ്ടിരുന്നു. മറക്കാൻ ശ്രമിക്കുന്തോറും ഓർമ്മകളുടെ കടലിരമ്പത്താൽ എന്റെ മനസ്സിനകത്ത് അവൾ വേലിയേറ്റം സൃഷ്ടിച്ചു. ആ നവ്യാനുഭവത്തിന്റെ കയങ്ങളിൽ ഞാൻ ഓരോ നിമിഷവും ആഴ്ന്ന് പോയ്ക്കൊണ്ടിരുന്നു.

പിറ്റേന്ന് രാവിലെ കട തുറക്കുന്നതിലൊന്നും വലിയ താല്പര്യം കാട്ടാതെ ഓട്ടോസ്റ്റാൻഡിലെ രവിയെ അന്വേഷിച്ച് നടക്കവെ തേടിയ വള്ളി കാലിൽ ചുറ്റി മറിഞ്ഞ് വീണതു പോലെ രവിയുടെ 'മിടുക്കി ' എന്നെ തൊട്ടുരുമ്മി വന്നു നിന്നു. അതിൽ കയറിയ എന്നെ ക്യൂവിൽ കിടന്ന മറ്റ് ഡ്രൈവർമാർ തെറി വിളിച്ചു. അവൻ ഇപ്പോൾ വന്നതാണെന്നും ഞങ്ങൾ കുറെ നേരമായി 'ചെരയ്ക്കാൻ ' നില്ക്കുകയല്ലെന്നും കാക്കക്കൂട്ടിൽ കല്ലിട്ട പോലെ അവർ കലപില കൂട്ടി. കലിയിളകി നില്ക്കുന്ന അവരോട് എന്ത് പറയും എന്നറിയാതെ ഞാൻ കുഴങ്ങി. ഇതിലേ പോകൂ എന്ന് ദുർവാശി കാണിച്ച് ഞാനതിൽ അമർന്നിരുന്നു. രവി എന്നെ അനുനയിപ്പിക്കാൻ ശ്രമിച്ചെങ്കിലും ആവശ്യക്കാരന് ഔചിത്യബോധം നഷ്ടപ്പെടുന്ന അസംഖ്യം സന്ദർഭങ്ങളിലൊന്നായി അതും ഭാവിയിൽ പരിഗണിക്കപ്പെട്ടു കൊള്ളുമെന്നുള്ള സാമാന്യയുക്തിയിൽ ഞാൻ അഭിരമിച്ചു.

രവിയുടെ ഓട്ടോയിൽ മൃണാളിനി പതിവായിരിക്കുന്ന ഭാഗത്ത് അവൾ പിടിക്കാറുള്ള കമ്പിയിൽ പിടിച്ച് ഞാനും ഞെളിഞ്ഞിരുന്നു. ഇന്നലെ കഴിച്ച കല്യാണി മസ്തിഷ്ക്കത്തിൽ തിരയിളക്കി വിട്ടതിൽ നിന്നുമുടലെടുത്ത ചെറിയ തലവേദന എന്നെ തലോടിക്കൊണ്ടിരുന്നു. ഓരോ ഗട്ടറുകളും ശ്രദ്ധിച്ച് പതിയെ മുന്നോട്ട് പോകുന്ന ആ

മുച്ചക്രത്തിൽ മൃണാളിനി കൂടി ഉണ്ടായിരുന്നെങ്കിൽ എന്ന് ഞാൻ വെറുതെ ആശിച്ചു. അവളുടെ ഗന്ധമതിൽ നിറഞ്ഞ് നില്ക്കുന്നതായി തോന്നി. ചിന്തകൾ അഗ്നി പോലെ ഒന്നിനു പിന്നിലൊന്നായി എരിഞ്ഞടങ്ങവെ,രവിയുടെ ചോദ്യമെന്നെ പെട്ടെന്നുണർത്തി. "ഇങ്ങക്ക് എങ്ങോട്ടാ പോണ്ടത്?"

ലക്ഷ്യമില്ലാതെ യാത്ര ആരംഭിക്കാൻ പറ്റില്ല എന്നത് പഴയ തത്വമാണെന്നും യാത്ര ലക്ഷ്യത്തെ പിന്നീട് തിരഞ്ഞെടുത്തു കൊള്ളുമെന്നും ആർക്കും മനസ്സിലാവാത്ത ഫിലോസഫി ഉള്ളിൽ തികട്ടി വന്നെങ്കിലും സോക്രട്ടീസ് പുണ്യാളനെ മനസ്സിൽ സ്മരിച്ച് അതിനെ കയറൂരി വിടാതെ ഹൃദയാന്തർഭാഗത്ത് ഗൂഢമായി തളച്ചിട്ടതിന് ശേഷം,"പറയാം" എന്നു മാത്രം പ്രതിവചിച്ചു.

ഓട്ടോ നാലഞ്ച് കിലോമീറ്റർ പിന്നിട്ട്,ആളൊഴിഞ്ഞ ഒരു ഭാഗത്ത് എത്തിയപ്പോൾ ഞാൻ അവനോട് വണ്ടി നിർത്താൻ ആവശ്യപ്പെട്ടു. ഇപ്പോൾ വരാമെന്നും പറഞ്ഞ് ഓട്ടോയിൽ നിന്നുമിറങ്ങി വഴിയരികിലെ തെങ്ങും ചാരി നിന്ന് പോക്കറ്റിൽ സൂക്ഷിച്ചിരുന്ന ചാർമിനാർ സിഗരറ്റിന്റെ തലപ്പത്ത് തീ കൊളുത്തി ഞാൻ ആഞ്ഞാഞ്ഞ് വലിച്ചു.

സംഗതി പന്തിയല്ലെന്ന് തോന്നിയ രവി, പതിയെ വണ്ടിയിൽ നിന്നുമിറങ്ങി എന്റെ അരികിലേക്ക് വന്നു.‘ ഇങ്ങക്ക് ന്താപ്പാ പറ്റ്യേത്?’ എന്നും പറഞ്ഞ് എന്റെ കൈയിൽ നിന്നും തീപ്പെട്ടി വാങ്ങി, ചെവിയിൽ തിരുകിയിരുന്ന തെരച്ച ബീഡിയെടുത്ത് കത്തിച്ചു. കഞ്ചാവിൻ്റെ മാസ്മരിക ഗന്ധമെന്റെ നാസാദ്വാരങ്ങളെ തഴുകി കടന്നു പോയപ്പോൾ എവിടെ നിന്നോ കുറച്ച് ധൈര്യമൊലിച്ച് വന്ന് എന്റെ സിരകളിൽ കൂട് കൂട്ടി. രണ്ടും കല്പിച്ച് ഞാൻ രവിയോട് പറഞ്ഞു.‘നീയെന്നെ മൃണാളിനീന്റെ വീട് വരെ ഒന്ന് കൊണ്ടോണം’ അത് കേട്ടതും രവി കൈയ്യിലിരുന്ന ബീഡി വലിച്ചെറിഞ്ഞ് ഓട്ടോയിൽ ഓടിക്കയറി എങ്ങോട്ടോ

ശരവേഗത്തിൽ ഓടിച്ച് പോയി. ഓർക്കാപ്പുറത്ത് ഉണ്ടായ രവിയുടെ ഇപ്പെരുമാറ്റത്തിൽ അന്തിച്ച് പോയ ഞാൻ വീണ്ടും ഒരിക്കൽ കൂടെ നിരാശയുടെ കടലാഴങ്ങളിലേക്ക് പതിച്ചു. തെങ്ങിൻ ചോട്ടിൽ നിലത്ത് മുട്ടുകുത്തി, താഴെ ഭൂമിദേവിയെ നോക്കി ഞാൻ മിഴിച്ചിരുന്നു. ഇതിനിടയിൽ രവി ഉപേക്ഷിച്ച് പോയ ബീഡിയിൽ അപ്പോഴും തീ എരിയുന്നത് കണ്ടപ്പോൾ അതെടുത്ത് ആർത്തിയോടെ ഞാൻ നിർത്താതെ വലിച്ചു ചുമച്ചു. പിന്നെ ജന്മം തന്ന അച്ചനമ്മമാരെ മനസാ സ്മരിച്ച് ഉറക്കെ കരഞ്ഞും കൊണ്ട് അടുത്തു കണ്ട വയലിലേക്കിറങ്ങി ലക്ഷ്യമില്ലാതെ നടക്കാൻ തുടങ്ങി.

നടന്ന് നടന്ന് പരിക്ഷീണനായ ഞാൻ ഇത്തിരി വെള്ളത്തിനായി ദൂരെ വയലോരത്ത് കണ്ട ചെറിയ ഓടിട്ട വീട്ടിലേക്ക് നടന്നു കയറി. ബീഡിയുടെ അരമുറി ധൈര്യം നെഞ്ചിൻ കൂടിനകത്ത് ഉണ്ടായിരുന്നതിനാൽ കാലടികൾക്ക് ബലം നല്കി കൊണ്ട് ആ വീട്ടുമുറ്റത്ത് ചെന്നു നിന്നു മുരടനക്കി.

ആരെയോ പ്രതീക്ഷിച്ച് കാത്തുനിന്ന ആ വീട്ടിലെ അമ്പത് കഴിഞ്ഞ, യൗവ്വനം കൂടു വിട്ടൊഴിയാത്ത വീട്ടമ്മ വാതിൽ തുറന്ന് വന്ന്, ഒരതിഥിയെ സ്വീകരിക്കുന്ന മട്ടിൽ പുഞ്ചിരിയോടെ കയറിയിരിക്കാൻ പറഞ്ഞു. നാണു ദല്ലാൾ പറഞ്ഞയച്ച ആൾ വന്നിട്ടുണ്ടെന്ന് അകത്ത് നില്ക്കുന്ന ആരോടോ അടക്കം പറഞ്ഞ്, അവർ അകത്തേക്ക് കയറിപ്പോയി. കോലായിൽ ഇട്ടിരുന്ന ഇരുമ്പു കസേരയിൽ ഭാരമറിയിക്കാതെ ഞാൻ ഇരുന്നു. വെയിലേറ്റ് കുറെ നടന്നതിന്റേയും ദാഹത്തിന്റേയും വിവശതയാൽ ക്ഷീണം എന്റെ കണ്ണുകളിൽ ഊഞ്ഞാലാടിയെങ്കിലും പുക തന്ന ആത്മവിശ്വാസത്തിന്റെ മായക്കാഴ്ചയിൽ ഞാൻ രസം പൂണ്ടവിടെ ഇരുന്നു. അല്പസമയം കഴിഞ്ഞപ്പോഴേക്കും കറുത്ത് മെല്ലിച്ച ഒരു സുന്ദരി ഒരു പ്ലേറ്റിൽ നാലഞ്ച് ലഡുവും

മൂന്ന് നാല് മൈസൂർ പാക്കും ഒരു ഗ്ലാസ് കട്ടൻ ചായയുമായി എന്റെ മുന്നിൽ നമ്രശിരസ്കയായി ലജ്ജയുടെ ആവരണം മുഖത്ത് കീറിയൊട്ടിച്ച് ഹാജരാവുകയും കാൽ കൊണ്ട് ഒരു അർദ്ധവൃത്തം കോലായിലെ കാവിയിട്ട തറയിൽ വരയ്ക്കുകയും ചെയ്തു.

ഇത്രയുമായപ്പോഴേക്കും ഞാൻ വലിച്ച് കേറ്റിയ മരുന്ന് ബീഡിയുടെ മിഥ്യാവലയം എന്നെ വിട്ട് കണ്ടം വഴി ഓടിക്കഴിഞ്ഞിരുന്നു. പെൺകുട്ടിയുടെ അമ്മയുടെ സ്നേഹം നിറഞ്ഞ നിർബന്ധത്താൽ എനിക്കിഷ്ടപ്പെട്ട മൈസൂർ പാക്കിനെ ആസ്വദിക്കാതിരിക്കാൻ കഴിഞ്ഞില്ല. അവരോട് നിങ്ങൾ ഉദ്ദേശിച്ച ആൾ ഞാനല്ല എന്ന് പറയണമെന്ന് ആയിരം തവണ എന്റെ ഉള്ളിൽ നിന്നും പുളിച്ച് തികട്ടി വന്നെങ്കിലും, എപ്പോഴുമെന്നെ പിടിച്ച് വലിക്കാറുള്ള സന്ത്രാസവും സങ്കോചവുമെന്നെ കൂച്ചുവിലങ്ങിട്ടു പൂട്ടി.

പെൺകുട്ടിയുടെ കൈയ്യിൽ നിന്നും കട്ടൻ ചായ വാങ്ങിക്കുടിച്ചും,അവളുടെ അമ്മയെ നോക്കി ഒരു വിടനെപ്പോലെ ചിരിച്ച് കുറച്ച് വെള്ളം കൂടി അവരുടെ കൈയ്യിൽ നിന്നും വാങ്ങിക്കുടിച്ചും പതിയെ അവിടെ നിന്ന് ഇറങ്ങുമ്പോൾ, വയലറ്റത്ത് നിന്നും ഒരു വയസനും കറുത്ത് തടിച്ച ഒരു ചെക്കനും കയറി വരുന്നത് ഞാൻ കണ്ടു. ഇനി അവിടെ നിന്നാൽ ഉണ്ടാകാനിടയുള്ള ചില അനിഷ്ട സംഭവങ്ങളെ പരമകാരുണ്യവാനായ ദൈവം മനസ്സിൽ തോന്നിപ്പിച്ചതിനാൽ ഒരിക്കൽ കൂടി പിന്തിരിഞ്ഞ് പെൺകുട്ടിയേയും അവളുടെ അമ്മയേയും മാറി മാറി നോക്കി പതിയെ അവിടെ നിന്നുമിറങ്ങി കാലുകളിൽ കുതിരക്കുളമ്പടിയുടെ വേഗത ഘടിപ്പിച്ച് വയൽ വരമ്പിലൂടെ ഓടാൻ തുടങ്ങി.

രണ്ട് ദിവസം ഞാൻ രവിയെയും അന്വേഷിച്ച് കവലയിൽ കറങ്ങിയെങ്കിലും അവന്റെ യാതൊരു വിവരവും കിട്ടിയില്ല.

ഒടുവിൽ ഓട്ടോ സ്റ്റാൻഡിൽ നിന്നും ഒരു വിധം അവന്റെ അഡ്രസ്സ് സംഘടിപ്പിച്ച് കുന്നിൻ ചെരിവിലെ അവന്റെ വീടിനെ ലക്ഷ്യമാക്കി ഞാൻ നടന്നു. പൂട്ടിയിട്ട വീടിന്റെ മുൻവശത്ത് കുറെ നേരം മീൻ നഷ്ടമായ മാർജാരനെപ്പോലെ ഞാൻ നിന്നു. അടുത്ത വീട്ടിലെ കാരണവർ എന്നെ കണ്ടപ്പോൾ അവരവിടെ ഇല്ലെന്ന് ഉറക്കെ വിളിച്ച് പറഞ്ഞു കൊണ്ട് മുറ്റത്തേയ്ക്ക് കാർക്കിച്ച് തുപ്പി.

കൂടുതൽ ചോദ്യങ്ങൾ എന്റെ ആവനാഴിയിൽ ഇല്ലാത്തതിനാലും കാരണവരുടെ നോട്ടത്തിൽ ചില അനിഷ്ടങ്ങൾ പതിയിരുന്നതിനാലും പതിയെ അവിടെ നിന്നും ഞാൻ ബഹിർഗമിച്ചു.

നേരെ ചെന്ന് കട തുറന്ന് കച്ചവടം നടത്താനുള്ള മാനസികാവസ്ഥയിലല്ലാതിരുന്നതിനാൽ പോക്കറിക്കായുടെ കടയിൽ നിന്നും ഒരു കെട്ട് ദിനേശ് ബീഡിയും വാങ്ങി എന്റെ ഒറ്റമുറി വാടക കെട്ടിടത്തിലേക്ക് അലസനായ് നടന്നു. അവിടെയിരുന്ന് ഒന്നിനു പിറകിലൊന്നായി ബീഡികൾ വലിച്ച് തള്ളി മൃണാളിനിയെ കിനാവ് കണ്ട് പുകച്ചുരുളിലെ മായക്കാഴ്ചയിൽ അഭിരമിച്ച് കൊണ്ടിരിക്കവേ,രവിയുടെ 'മിടുക്കി'ഓട്ടോ എന്റെ എതിർവശത്തിലെ റോഡിലൂടെ സാവധാനം പോകുന്നത് കണ്ടു. അലറി വിളിച്ച് കൊണ്ട് ഞാനാശകടത്തിന്റെ പിന്നാലെ ഒരുളുപ്പുമില്ലാതെ ഓടാൻ തുടങ്ങി. എന്റെ തൊട്ടു പിറകിലായി ഒരു ടാക്സി കാർ വലിയ വായിൽ ഹോൺ മുഴക്കി;അതിലിരുന്ന കുറിതൊട്ട കറുത്ത തടിയൻ ഡ്രൈവർ എന്നെ രൂക്ഷമായി നോക്കി കൊണ്ട് 'ആർക്ക് വായു ഗുളിക വാങ്ങാനാടാ ഓട്ന്നേ' എന്ന് വിളിച്ചു പറഞ്ഞു. ഇതിലും വലിയ ഉദ്ധരണികൾ മറ്റുള്ളവരിൽ നിന്നും സ്ഥിരമായി ഏറ്റുവാങ്ങാറുള്ള ഞാൻ അതൊന്നും കാര്യമാക്കാതെ 'മിടുക്കി'യെ പിന്തുടർന്ന് പിടികൂടി. ഡ്രൈവറുടെ സീറ്റിൽ രവിക്ക് പകരം ഒരു പയ്യനായിരുന്നു.

എന്റെ ഈ പെർഫോമൻസിൽ ആകെ പതറിയ അവൻ, കാണ്ടാമൃഗത്തെ കാണുന്ന നിഷ്ക്കളങ്കനായ ബാലന്റെ മുഖഭാവത്തോടെ എന്നെ നോക്കി നിന്നു. കുറെ ദൂരം നിർത്താതെ വേഗത്തിൽ ഓടിയതിനാൽ ശ്വാസം കിട്ടാതെ ഒന്നുമുരിയാടാനാവാതെ ഞാൻ നിന്നു കിതച്ചു. ആ പയ്യൻ എന്റെ ഇത്തരം ചെയ്തികളിൽ ആകെ വിരണ്ട് പോയിരുന്നതിനാൽ എന്ത് ചെയ്യണമെന്നറിയാതെ പകച്ച് നിന്നു. ഇതിനിടയിൽ എന്റെ കണ്ണിൽ ഇരുട്ട് കയറുന്നത് പോലെ തോന്നി. ലോകം കീഴ്മേൽ മറിഞ്ഞ് ഞാനതിന്റെ അടിയിൽ പെട്ടത് പോലുള്ള അവസ്ഥയിലായി. പൊടുന്നനെ ഞാൻ വെട്ടിയിട്ട വാഴ പൊലെ റോഡിലേക്ക് കവിണ്ണ് വീണു. അപസ്മാരമാകുമെന്ന് കരുതി അവൻ കൈയ്യിലിരുന്ന താക്കോൽക്കൂട്ടം എന്റെ കൈയ്യിൽ പിടിപ്പിക്കാൻ ഒരു വൃഥാ ശ്രമം നടത്തി. പിന്നെ ആരൊക്കെയോ ചേർന്ന് എന്നെ താങ്ങിയെടുത്ത് റോഡരുകിലെ ഒരു മരച്ചുവട്ടിൽ ഇരുത്തി. കുടിക്കാൻ വെള്ളവും കഴിക്കാൻ ഒരു മധുരപ്പവും തന്നു. അത് തൊണ്ടയിലേക്കിറങ്ങുമ്പോൾ മാത്രമാണ് കഴിഞ്ഞ രണ്ട് ദിവസമായി ഞാൻ വായുമാത്രമാണാഹാരമാക്കിയത് എന്ന നഗ്ന സത്യം തിരിച്ചറിഞ്ഞത്. ഓട്ടോയിലെ പയ്യൻ ഒരു മാസിക എടുത്ത്

എനിക്ക് വീശി തന്നു കൊണ്ടിരുന്നു. ഇതിനിടയിൽ അവൻ രവിയിൽ നിന്നും ഓട്ടോ പണയത്തിന് വാങ്ങിയതാണെന്നും അയാൾ ഭാര്യയെ അവളുടെ വീട്ടിലാക്കി കിട്ടിയ തുകയുമായി രണ്ട് ദിവസം മുമ്പ് എങ്ങോട്ടോ പോയി എന്നും പറഞ്ഞൊപ്പിച്ച് കഴിഞ്ഞിരുന്നു.

മൃണാളിനി വീണ്ടും എന്നിൽ നിന്നും ദൂരെയ്ക്ക് വഴുതിപ്പോകുന്നതായി മനസ്സിലാക്കിയ ഞാൻ വഴിയരികിലിരുന്ന് വർദ്ധിച്ച മനോഭാരത്തോടെ അവളെയോർത്ത് തേങ്ങി. പലരും കാര്യമറിയാതെ എന്നെ

ആശ്വസിപ്പിക്കാൻ ശ്രമിച്ചെങ്കിലും എന്റെ ദു:ഖം കൂടിക്കൂടി വന്നു. കൂടി നിന്നവരിൽ ചിലർ കാര്യമറിയാതെ കഥകൾ മെനയുമെന്ന ഘട്ടത്തിലെത്തിയെപ്പോൾ ഞാൻ സ്വയം അടക്കം പാലിച്ച് അവിടെ നിന്നുമെഴുന്നേറ്റ് എന്റെ കടയ്ക്കു മുമ്പിൽ ചെന്നിരുന്നു.

കുറെ നേരം ഒറ്റയ്ക്കിരുന്നപ്പോൾ ഒരാശ്വാസം തോന്നി. "ന്താ കുട്ട്യേ അനക്ക് പറ്റ്യേ? എത്രീസായി ന്നറിയോ യ്ളി പീട്യ തുറന്നീറ്റ്?" ശബ്ദം കേട്ട് തലയുയർത്തി നോക്കിയപ്പോൾ അലവി മാപ്ല തലയിൽ കെട്ടിയ തുവർത്ത് അഴിച്ച് മുഖം തുടച്ച ശേഷം കടത്തിണ്ണയിൽ ആഞ്ഞ് രണ്ട് പൊടിതട്ടലും നടത്തി അടുത്തിരുന്നു. അയാളുടെ വിയർപ്പിന്റെ ദുർഗന്ധമെന്നെ വല്ലാതെ അലോസരപ്പെടുത്തി. ഏകദേശം അഞ്ച് മിനിറ്റ് നേരത്തെ സംഭാഷണത്തിന് തിരശ്ശീല വീഴുമ്പോഴേക്കും എന്റെ കടമുറി എല്ലാവിധ സ്ഥാവരജംഗമ വസ്തുക്കളും വാടക കുടിശികയുമുൾപ്പെടെ അമ്പതിനായിരം രൂപയ്ക്ക് അയാൾക്ക് തീറെഴുതിക്കഴിഞ്ഞിരുന്നു എന്ന് സാരം. ആകെയുണ്ടായ അന്നത്തിലും മണൽ വാരിയിട്ട ഞാൻ അമ്പതിനായിരം ഉറുപ്പിക ഒരു പ്ലാസ്റ്റിക് കവറിൽ പൊതിഞ്ഞ് ‘അണ്ഡകടാഹത്തിൽ ’ ഒളിപ്പിച്ച് രവിയുടെ ഭാര്യ വീട്ടിലേക്ക് ബസ്സ് കയറി.

2

അധ്യായം രണ്ട്

ഏകദേശം ഇരുന്നൂറ്റിയമ്പത് കിലോമീറ്റർ ദൂരെയുള്ള 'വെണ്ണിലം 'എന്ന കുഗ്രാമത്തിലാണ് രവിയുടെ ഭാര്യ ഭാനുമതി താമസിക്കുന്നത്. ഞാൻ കയറിയ ദീർഘദൂര ബസ് പല പട്ടണങ്ങളും ഗ്രാമങ്ങളും കീഴടക്കി മുന്നോട്ട് പോയ്ക്കൊണ്ടിരുന്നു. ഇതിനിടയിലാണ് എന്റെ അരികിൽ ആദ്യമിരുന്ന ചെറുപ്പക്കാരൻ വഴിയിലെവിടെയോ ഇറങ്ങിയപ്പോൾ, അതുവരെ കമ്പിയിൽ തൂങ്ങി നിന്നിരുന്ന ഒരു എണ്ണക്കറുമ്പി എന്റെ സീറ്റിൽ പെട്ടെന്ന് വന്നിരുന്നത്. അവളുടെ മാർദ്ദവമേനി എന്റെ ശരീരത്തിൽ അമർന്നപ്പോൾ വല്ലാത്ത ഒരസ്വസ്ഥത അനുഭവപ്പെട്ടെങ്കിലും അത് പ്രകടിപ്പിക്കാതെ ഞാൻ ഒന്നുകൂടി ഒതുങ്ങിയിരുന്നു. അവളുടെ പാറിപ്പറക്കുന്ന ചെമ്പൻ മുടി എന്റെ മുഖത്ത് പാമ്പിൻ കുഞ്ഞുങ്ങളെപ്പോലെ ഇഴയാൻ തുടങ്ങി. കാറിയ വെളിച്ചെണ്ണയുടെ രൂക്ഷഗന്ധം എന്നെ അലോസരപ്പെടുത്തി. ഇടയ്ക്ക് അത് എന്റെ ചുണ്ടിലും മൂക്കിലുമെല്ലാം ആവാസമുറപ്പിച്ചപ്പോൾ ഞാൻ അവളെ അനിഷ്ടത്തോടെ നോക്കി. വെളുത്ത പല്ലുകൾ കാണിച്ച് അവൾ പതിയെ ഒരു വിളറിയ ചിരി തൊടുത്തുവിട്ടതിന് ശേഷം മുടി ഒരു പ്രത്യേക കൈവഴക്കത്തോടെ കെട്ടിവെച്ചു. ഈ പ്രവൃത്തിയിൽ

തെല്ലാശ്വാസം പൂണ്ട ഞാൻ, ഒരുറക്കത്തിന്റെ കയത്തിലേക്ക് മൂക്കും കുത്തി വീണു.

ബസ്സിൽ ഒരു ബഹളം കേട്ടാണ് ഞാൻ പിന്നീട് ഉണരുന്നത്. അടുത്തിരുന്ന കറുമ്പി എവിടെയോ ഇറങ്ങിപ്പോയിരുന്നു. കുറെ തമിഴ് നാടോടികൾ കലപില കൂട്ടുന്ന രംഗമാണ് എന്റെ മുന്നിൽ തെളിഞ്ഞത്. ഞാൻ കണ്ടക്ടറോട് വെണ്ണിലം എത്തിയോ എന്നാരാഞ്ഞു. അയാൾ ഓന്തിനെപ്പോലെ തലയാട്ടിക്കൊണ്ട് ആ സ്ഥലം കഴിഞ്ഞിട്ട് അര മണിക്കൂർ ആയി എന്ന് നിസംഗതയോടെ പറഞ്ഞു. ആ നിർഗുണപരബ്രഹ്മത്തിന്റെ ചെവിക്കല്ലിന് നോക്കി ഒന്നു കൊടുക്കാനാണ് എനിക്ക് തോന്നിയത്. പക്ഷേ അയാളുടെ ബാഹ്യരൂപം എന്റെ തലയിൽ ചെറിയൊരു ഭയത്തിന്റെ കണികയ്ക്ക് ഉദ്ദീപനം നല്കിയതിനാൽ, ഞാൻ അടുത്ത സ്റ്റോപ്പിൽ ഇറങ്ങാമെന്ന് അച്ചടി ഭാഷയിൽ മാന്യതയുടെ മുഖം മൂടി അണിഞ്ഞ് സുസ്മേരവദനനായി പറഞ്ഞൊപ്പിച്ചു.

ബസ് കിതപ്പോടെ അടുത്ത സ്റ്റോപ്പിൽ നിർത്തിയപ്പോൾ ഞാൻ ചാടിയിറങ്ങി, കണ്ടക്ടറെ ഒരു കുളിക്കൊന്നും മാഞ്ഞ് പോകാത്ത ഒരു യമണ്ടൻ തെറി മനസ്സിൽ വിളിച്ച് ചാരിതാർഥ്യമടഞ്ഞു. ഇനി വീണ്ടും പിറകിലേക്ക് യാത്ര ചെയ്യണം. വെയിലിന്റെ കാഠിന്യം എന്റെ മൂർദ്ധാവിൽ നിന്ന് കത്തുന്നുണ്ടായിരുന്നു. ഇറങ്ങിയ സ്റ്റോപ്പിൽ ഒരു ചെറിയ മുറുക്കാൻ കട മാത്രമേ ഉണ്ടായിരുന്നുള്ളൂ, അവിടെ നിന്നും ഒരു നാരങ്ങ സോഡയും വാങ്ങിക്കുടിച്ചതിന് ശേഷം നേരെ വിപരീത വശത്തെ ഓല മേഞ്ഞ കാത്തിരിപ്പ് കേന്ദ്രത്തിലെ കവുങ്ങിൻ ബഞ്ചിൽ ഇരിപ്പുറപ്പിച്ചു. എന്റെ അരയിൽ ഗൂഢമായി സൂക്ഷിച്ച അമ്പതിനായിരം അവിടെത്തന്നെ ഉണ്ടോയെന്ന് ഞാൻ ഒന്ന് പരതി നോക്കി. ഭാഗ്യത്തിന് അത് ഭദ്രമായി അവിടെത്തന്നെ ഉണ്ടായിരുന്നു. അപ്പോഴാണ് ഒരു ടാക്സി ജീപ്പ് നാലഞ്ചാളുകളെയും വഹിച്ച് അവിടെ

എത്തിയത്. ഞാനും അതിന്റെ പിറക് വശത്ത് വലിഞ്ഞ് കയറിയിരുന്നു.

ഭാനുമതിയുടെ വീട് കണ്ട് പിടിക്കാൻ വലിയ ബുദ്ധിമുട്ടൊന്നും ഉണ്ടായില്ല. റോഡരുകിലെ ഓടിട്ട ആ വീട്ടിലേക്ക് കയറുമ്പോൾ ഒരു ചാവാലിപ്പട്ടി ചങ്ങലയിൽ കിടന്ന് നിർത്താതെ കുരച്ചു. ആ പശ്ചാത്തല സംഗീതത്തിൽ വെളുത്തു തടിച്ച മാദക ഭംഗിയുള്ള ഭാനുമതിയോട് ഞാൻ രവിയെ അന്വേഷിച്ച് നാട്ടിൽ നിന്നും വന്നതാണെന്ന് പറയലും, ആ സ്ത്രീ നെഞ്ചത്തടിച്ച് നിലവിളിക്കാൻ തുടങ്ങി.'ന്റെ രവ്യേട്ടനെ നാട്ടീന്നും ഓടിച്ച അലവലാതി വന്നിട്ടുണ്ടേ..' എന്നും പറഞ്ഞ് ആ സത്വം അമറാൻ തുടങ്ങിയപ്പോൾ എന്ത് ചെയ്യണമെന്നറിയാതെ ഞാൻ പകച്ചുപോയി. വലിയ വായിലെ നിലവിളി കേട്ട് അവളുടെ രണ്ടാങ്ങളമാരും മൂന്നാല് അയൽപക്കക്കാരും ഓടി വന്നു. അതിൽ തെങ്ങിൽക്കയറി കൈക്ക് തഴമ്പ് വന്ന ഒരു പൊന്നാങ്ങള വന്ന പാടെ കാര്യം എന്താണെന്ന് അറിയും മുമ്പെ എന്റെ മുഖത്ത് ആഞ്ഞടിച്ചു. ഉന്നം തെറ്റാതെ അടി കൃത്യം ചുണ്ടിനും പല്ലിനുമിടയിൽ പതിച്ചതിനാൽ ചുടുചോര എന്റെ വായിൽ നിന്നും പുറപ്പെട്ടതിന്റെ ഒരു ചവർപ്പ് രസമുകുളങ്ങളെ തലോടുന്നതായി ഞാനറിഞ്ഞു. ഓടി വന്നവരിൽ പലരും എന്റെ മേനിയിൽ ഒരു വാദ്യ പ്രയോഗം നടത്തിക്കഴിഞ്ഞപ്പോഴേക്കും അരയിൽ തിരുകിയ അമ്പതിനായിരം നിലത്ത് വീണു കഴിഞ്ഞിരുന്നു. നോട്ടുകൾ നിലത്ത് ചിതറിയപ്പോൾ അത് ഞാൻ രവിയുടെ കൈയ്യിൽ നിന്നും വാങ്ങിയതാണെന്ന ഒരു പുതിയ കഥ ഭാനുമതി നിമിഷങ്ങൾക്കുള്ളിൽ ചമച്ചു. ആ കാട്ടാളന്മാർക്കിടയിൽ നിന്നും ഓടി രക്ഷപ്പെടാനുള്ള ആരോഗ്യം അപ്പോഴേക്കുമെന്നെ വിട്ട് പറന്ന് പോയിരുന്നു. കൂട്ടത്തിൽ നല്ലൊരുത്തൻ ഇനി ആരും ഇയാളെ തല്ലേണ്ട എന്നും

പോലീസ് വരട്ടേയെന്നും പറഞ്ഞത് എനിക്ക് ഒന്നു നിവർന്ന് നില്ക്കുന്നതിന് കാരണമായി തീർന്നു.

പോലീസ് എത്തും വരെ എന്നെ ഒരു മുരിങ്ങ മരത്തിൽ അവർ കെട്ടിയിട്ടു. ഇതിനിടയിൽ കൂട്ടത്തിലെ ഏതോ ഒരു പാർട്ടിക്കാരനായ മധ്യവയസ്കൻ വെള്ള പേപ്പറിൽ ഭാനുമതിയെക്കൊണ്ട് ഒപ്പിട്ടു വാങ്ങുകയും അയാളുടെ മനോധർമ്മ പ്രകാരം ഒരു അസ്സൽ നുണക്കഥ പരാതി രൂപത്തിൽ എഴുതി, ഞാൻ കേൾക്കെ മറ്റുള്ളവർക്ക് വായിച്ച് കേൾപ്പിച്ചു.

ബഹുമാനപ്പെട്ട സബ് ഇൻസ്പെക്ടർ സമക്ഷത്തിലേക്ക് ഭാനുമതി w/o രവി എഴുതുന്ന പരാതി,

ഞാൻ അടുക്കളയിൽ പാചകം ചെയ്തു കൊണ്ടിരിക്കെ ഒരാൾ വീട്ടിലേക്ക് അതിക്രമിച്ച് കടക്കുകയും, കഷ്ടപ്പെട്ട് ചിട്ടി പിടിച്ച് കൊണ്ടുവന്നു വെച്ച അമ്പതിനായിരം ഉറുപ്പിക അലമാര തുറന്ന് എടുക്കുകയും ചെയ്തു. അലമാരയുടെ വാതിൽ തുറക്കുന്ന ശബ്ദം കേട്ട് ഞാനോടി വന്നപ്പോൾ അയാൾ നോട്ടുകൾ ഒരു കവറിലാക്കി അരയിൽ തിരുകി ഓടാൻ ശ്രമിച്ചു. എന്റെ നിലവിളി കേട്ട ആങ്ങളമാരും അയൽവാസികളും ഓടിക്കൂടുകയും കള്ളനെ കയ്യോടെ പിടിച്ച് പണം എനിക്ക് വാങ്ങിത്തരുകയും ചെയ്തു. പോലിസ് വരുന്നവരെ എല്ലാവരും ചേർന്ന് അയാളെ മരത്തിൽ കെട്ടിയിട്ടു. ആയതിനാൽ ഈ കള്ളനെ മേൽ നടപടികൾക്ക് വിധേയനാക്കി ഇനി ഇത്തരം സംഭവങ്ങൾ ആവർത്തിക്കാത്ത തരത്തിലുള്ള ശിക്ഷകൾ വാങ്ങി കൊടുക്കണമെന്ന് വിനയമായി അപേക്ഷിക്കുന്നു.

എന്ന് ഭാനുമതി (ഒപ്പ്)

ആരുടെയും പണം മോഷ്ടിച്ചിട്ടില്ലെന്നും എന്റെ കട വിറ്റ പണമാണതെന്നും ഞാൻ പറഞ്ഞപ്പോൾ ആരോ ഒരു മുളവടിയെടുത്ത് എന്റെ മുതുകിൽ ആഞ്ഞടിച്ചു.വേദന

കൊണ്ട് പുളഞ്ഞു പോയ ഞാൻ സത്യങ്ങൾ വിളിച്ച് പറഞ്ഞാൽ ഉണ്ടാവാൻ സാധ്യതയുള്ള പ്രഹരങ്ങളുടെ കാഠിന്യം കണക്കിലെടുത്ത് മൗനം പാലിച്ചു. അര മണിക്കൂറിനുള്ളിൽ ഒരു പോലീസ് ജീപ്പ് റോഡിൽ പ്രത്യക്ഷപ്പെട്ടു. അതിൽ നിന്നുമിറങ്ങിയ കറുത്ത് തടിച്ച കുടവയറൻ എസ് ഐ, ഭാനുമതിയെ നോക്കി അയവിറക്കുന്നത് കണ്ടപ്പോൾ തന്നെ എന്റെ കാര്യത്തിൽ തീരുമാനമായതായി ഞാനറിഞ്ഞു.

എസ് ഐ മുന്നിൽ വന്ന് അടിമുടി എന്നെ നോക്കി. അയാളുടെ ക്രൂരത വിളയുന്ന കണ്ണുകളിലേക്ക് ഒരിക്കൽ മാത്രമേ നോക്കിയുള്ളൂ. അയാൾക്ക് പിറകിലായി വന്ന രണ്ട് കോൺസ്റ്റബിൾമാരോട് എന്റെ കെട്ടഴിച്ച് വിലങ്ങ് വെക്കാനുള്ള നിർദ്ദേശം നല്കിയ ശേഷം, അയാൾ ഭാനുമതിയുടെ പരാതി അവളുടെ പക്കൽ നിന്നും ഏറ്റുവാങ്ങി. " കെട്ടിയോൻ എങ്ങോ പോയി അല്ല്യോ?" അയാൾ അവളോട് ചോദിച്ചു.''എല്ലാം ഇയ്യാള് കാരണാ സാറെ" അവൾ ഓർക്കാപ്പുറത്ത് പറഞ്ഞപ്പോൾ ആങ്ങളമാർ പരസ്പരം എന്തോ കുശുകുശുത്തു.

പരാതി വായിച്ച എസ്.ഐ ഇതാരാ എഴുതിയതെന്ന് ചോദിച്ചു. ഇനി നിന്നാൽ പുലിവാലാകും എന്ന് മനസ്സിലാക്കിയ 'രചയിതാവ്' പതിയെ അവിടെ നിന്നും പിൻവലിയാനുള്ള ശ്രമത്തിലായിരുന്നു. "അതാ ആ വാസ്വേട്ടനാ ഏഴുത്യേ, ഞാനൊപ്പിട്ടു ത്രേള്ളൂ" ഭാനുമതി അയാളെ ചൂണ്ടിക്കാണിച്ചു കൊണ്ട് പറഞ്ഞു. എസ് ഐ അയാളെ അരികെ വിളിച്ചു. "ന്താത് ?കാര്യറിയാതെ ന്തേലും എഴുത്യാ ആത്ത് കെടക്കേണ്ടി വെരൂന്നറിഞ്ഞൂടടോ". അയാൾ ആകെ നിന്ന് വിയർത്തു."ആ താനിങ്ങ് മാറിക്ക്, ഞാനിനി ഓനോട് ചോയ്ക്കട്ടെ" എസ് ഐ എന്നെ അരികിലേക്ക് മാടി വിളിച്ചപ്പോൾ, ഞാൻ നിരപരാധിയാണെന്ന് പറയാനുള്ള

അവസരം കൈവന്നുവെന്നു കരുതി ഉള്ളിൽ ഒരു തണുപ്പ് അനുഭവപ്പെട്ടു."യ്യിന്തിനാ ഇവ്ടെ വന്നേ?"

ഞാൻ രവിയെ അന്വേഷിച്ച് വന്നതാണെന്നും ഞങ്ങൾ സുഹൃത്തുക്കൾ ആണെന്നുമെല്ലാം ഒറ്റ ശ്വാസത്തിൽ ഞാൻ പറഞ്ഞൊപ്പിച്ചു. മൃണാളിനിയുടെ കാര്യം ഞാൻ ബോധപൂർവ്വം അവർക്ക് മുമ്പിൽ അവതരിപ്പിച്ചില്ല.

"യ്യി സുഹൃത്തില്ലാത്ത നേരം നോക്കിത്തന്നെ ഇവ്ടെ വന്നത് ഓന്റെ ഓളക്കാണാനാ?" എസ് ഐ യുടെ ഈ ചോദ്യത്തിൽ ഭാനുമതിയുടെയും ആങ്ങളമാരുടെയും കണ്ണുകൾ കോർക്കുന്നത് ഞാനറിഞ്ഞു. ഉമിനീര് വറ്റിയ എന്റെ വായിലെ നാവ് കരയ്ക്ക് വീണ മീനിനെപ്പോലെ പിടയാൻ തുടങ്ങിയിരുന്നു.

"ഇപ്പം ല്ലാർക്കും കാര്യത്തിന്റെ ഒരിത് പിടി കിട്ടീല്ല്യേ ?ഇനി ല്ലാരും പോയ്ക്കോളീ, ആ... കഥാകൃത്തും വിട്ടോ " എസ് ഐ കൈകൊണ്ട് ട്രാഫിക് പോലീസുകാരൻ സിഗ്നൽ കാണിക്കുന്നത് പോലെ ആംഗ്യം കാണിച്ച് എല്ലാവരെയും പറഞ്ഞയച്ചു. ശേഷം ഭാനുമതിയും രണ്ടാങ്ങളമാരും ഞാനും പോലീസുകാരും ചങ്ങലയിലെ ചവാലിപ്പട്ടിയും മാത്രമായി.

"ഇനി യ്യി ആ പൈസ എടുത്തോണ്ട് വാ " എസ് ഐ ഭാനുമതിയോട് പറഞ്ഞപ്പോൾ ഒന്നും മിണ്ടാതെ അവൾ അകത്ത് പോയി എന്റെ അമ്പതിനായിരം അടങ്ങിയ പ്ലാസ്റ്റിക് കവർ എടുത്ത് കൊണ്ടു വന്നു;അയാളുടെ കൈയ്യിൽ കൊടുക്കാനായി തുനിഞ്ഞു. "ന്റെ കയ്യിലല്ല ഈന്റെ അവകാശീന്റടുത്ത് കൊടുക്ക് "എസ് ഐ എന്നെ ചൂണ്ടിക്കാട്ടിപ്പറഞ്ഞപ്പോൾ, ഇത്രയും നല്ല മനുഷ്യനെ ഞാൻ മനസ്സിൽ ദുഷിച്ചതിൽ എനിക്ക് കുറ്റബോധം തോന്നി. ഭാനുമതി എന്റെ മുഖത്ത് നോക്കാതെ വിലങ്ങ് വെച്ച കൈകളിൽ പണം വച്ച് തന്നു.

"അനക്ക് എണ്ണി നോക്കണോ " എസ് ഐ ചോദിച്ചപ്പോൾ എന്റെ കണ്ണുകളിൽ ആനന്ദാശ്രുക്കൾ പൊടിഞ്ഞു. "വേണ്ട സാർ നന്ദിണ്ട് "ഞാൻ വിങ്ങി പറഞ്ഞു. "ഉം നന്ദിണ്ടാവണം, നി അന്റെ കൈയ്യിലെ വെലങ്ങ് അഴിക്കണ്ടെ, അയിന് കാശ് ചെലവാകും, പിന്നെ സമയോം മെനക്കെടുത്തി ഇവ്ടെ വന്ന ഞങ്ങൾക്ക് ന്തേലും വേണ്ടേ, ഈ കെട്ടിയോനിട്ടേച്ച് പോയ പെണ്ണിന് ന്തെങ്കിലും വേണ്ടേ, അപ്പം ഇമ്പക്ക് ഈ കേസ് ഇവ്ടെ തീർക്കാം,ല്ലെങ്കി പിന്നെ പെണ്ണിന്റെ പരാതിണ്ട്, സാക്ഷ്യേള്ണ്ട്, കേസായി, കോടതി ആയ്, ജയിലായ് ഇങ്ങനെ പോകും, ന്താ അനക്ക് തിരിഞ്ഞോ?"

എസ് ഐ പറഞ്ഞു വരുന്നതിന്റെ സാരം മനസ്സിലാക്കിയ ഞാൻ വരുംവരായ്കകളെ മനസ്സിൽ ധ്യാനിച്ച് അയാളുടെ ഇംഗിതത്തിന് സമ്മതം മൂളി. മറ്റെല്ലാ വഴികളും എന്റെ മുന്നിൽ ഇരുളിൽ കാണാനാവാത്ത വിധം അടഞ്ഞിരുന്നു. ഈ നശിച്ച നാട്ടിൽ വരാൻ തീരുമാനിച്ച ആ നിമിഷത്തെ മനസ്സാൽ ഞാൻ ശപിച്ചു. ഭാനുമതിയുടെ ആങ്ങളമാരോട് പോയ്ക്കൊള്ളാൻ പറഞ്ഞ ശേഷം,എന്റെ കൈയ്യിൽ നിന്നും അമ്പതിനായിരം അയാൾ എടുത്ത്, ഭാനുമതിക്കും പോലീസുകാർക്കും അതിൽ നിന്നുമൊരായിരം വീതം എണ്ണിയെടുത്തു കൊടുത്തു. എനിക്കും വഴിച്ചിലവിനെന്നും പറഞ്ഞ് ഒരായിരം കീശയിലിട്ടു തന്നു.

കൈയ്യിലെ വിലങ്ങ് പോലീസുകാർ അപ്പോൾ തന്നെ അഴിച്ചുമാറ്റി. ഭാനുമതിയോട് എനിക്ക് വെള്ളം കൊടുക്കാൻ പറഞ്ഞും കൊണ്ട്, എസ് ഐ ബാക്കി തുക മുഴുവനായും അയാളുടെ പാൻറിന്റെ രണ്ട് കീശയിലുമായി നിക്ഷേപിച്ചു. ഭാനുമതി കൊണ്ടുവന്ന വെള്ളം ഞാനാർത്തിയോടെ കുടിച്ചു. കുറച്ച് വെള്ളത്തിൽ മുഖം കഴുകിയപ്പോൾ പൊട്ടിയ ചുണ്ടിൽ നിന്നും കഠിനമായ നീറ്റൽ അനുഭവപ്പെട്ടു.

ശരീരത്തിലാസകലം വല്ലാതെ വേദന തോന്നിയെങ്കിലും

മനസ്സിന്റെ തീവ്ര നിരാശയിലും ദു:ഖത്തിലും മീതെ അതൊന്നും വളർന്ന് വന്നില്ല.

പോലീസുകാരോട് ജീപ്പിൽ കയറിക്കോളാൻ പറഞ്ഞ എസ് ഐ ഭാനുമതിയെ അരികിൽ വിളിച്ചു. "കുറച്ച് പൈസേം കൂടി അനക്ക് ഞാൻ തരും ട്ടോ, രാത്രി ഒരൊമ്പതിന് വരാം, ന്തേയ്?" പോലീസുകാർ പോയപ്പോൾ എസ് ഐ അവളോട് പറഞ്ഞു. "ഈ സാറിന്റൊരു കാര്യം" എന്ന് കള്ളച്ചിരിയുടെ മേമ്പൊടിയോടെ അവൾ പറഞ്ഞ് അകത്തേയ്ക്ക് കയറിപ്പോയി. ഇതിനെല്ലാം മൂകസാക്ഷിയായി നിന്ന എന്റെ തോളിൽ തട്ടി എസ് ഐ പറഞ്ഞു "വാ ഞാനാശുപത്രീലാക്കാം, മുറിവ് ചെലപ്പോ തുന്നിക്കെട്ടേണ്ടി വരും" അനുസരണയുള്ള ഒരു മൃഗം യജമാനനെ അനുധാവനം ചെയ്യുന്നത് പോലെ ഞാൻ അയാൾക്ക് പിറകിലായി തല കുനിച്ച് നടന്നു.

പോലീസ് ജീപ്പ് ഒരു പ്രാഥമിക ആരോഗ്യ കേന്ദ്രത്തിന്റെ മുന്നിൽ വന്ന് നിന്നു. എസ് ഐ അയാളുടെ രണ്ട് കീശയിൽ നിന്നും എല്ലാ നോട്ടുകളും പുറത്തെടുത്തു. അപ്പോഴേക്കും ഞാൻ ജീപ്പിന്റെ പിറകിൽ നിന്നും താഴേക്കിറങ്ങിയിരുന്നു. അയാൾ എന്നോട് മുന്നിലേക്ക് വരാൻ ആംഗ്യം കാണിച്ചു. ഞാൻ അയാളുടെ മുന്നിൽ ആദരവോടെ നിന്നു. അയാൾ കൈയ്യിലിരുന്ന മുഴുവൻ പണവും എന്റെ കൈകളിൽ വെച്ച് തന്നു. ഇത് കണ്ട മറ്റു രണ്ട് പോലീസുകാരും അവർക്ക് എസ് ഐ നല്കിയ പണം കൂടി എന്റെ കീശയിലേക്ക് തിരുകി വെച്ചു.. ഒന്നും മനസ്സിലാവാതെ ഒരു മണ്ടനെപ്പോലെ ഞാൻ പുഞ്ചിരിച്ചു.

"പോ, പോയി മുറിവെല്ലാം വെച്ച് കെട്ട് " എന്നും പറഞ്ഞ് എസ് ഐ കൈ വീശി കാണിച്ചപ്പോൾ, ഡ്രൈവറായ പോലീസുകാരന്റെ കാലുകൾ ആക്സിലേറ്ററിൽ അമർന്നു. ആ വാഹനം തെല്ലൊരലർച്ചയോടെ എന്നിൽ നിന്നും

വിട്ടകന്നു. പോലീസുകാരുടെ അസ്വാഭാവികമായ പെരുമാറ്റമെന്നിൽ ആശയക്കുഴപ്പത്തിന്റെ വേലിയേറ്റമുണ്ടാക്കി.ആ വാഹനം പോയപ്പോൾ വഴിയരികിൽ ഉയർന്ന പൊടിപടലത്തിലേക്ക് നോക്കി ഞാൻ അല്പനേരം അന്തം വിട്ട് നിന്ന ശേഷം തിരികെ ലഭിച്ച പണവുമായി അമ്പരപ്പോടെ പ്രാഥമിക

ആരോഗ്യ കേന്ദ്രത്തിലേക്ക് നടന്നു. അവിടെ അധികമാളുകൾ ഉണ്ടായിരുന്നില്ല. രജിസ്ട്രേഷൻ കൗണ്ടറിൽ ഇര കാത്തിരിക്കുന്ന കൊക്കിനെപ്പോലെ ഞാൻ കൂനിക്കൂടിയിരുന്നു. തികച്ചും അപരിചിതമായ അവിടം എനിക്ക് ഒരന്യഗ്രഹം പോലെ അനുഭവപ്പെട്ടു. ഡോക്ടർക്ക് എന്നെ കണ്ടപ്പോൾ തന്നെ അടിപിടി കേസാണെന്ന് മനസ്സിലായി. അയാൾ മുറിവുകൾ വിശദമായി ചെറിയ ഒരു ടോർച്ചെടുത്ത് പരിശോധിക്കാൻ തുടങ്ങി.

"ഇത് കേസും പുലിവാലുമാകുന്ന ലക്ഷണമാണല്ലോ" എന്ന് അയാൾ കൂടെ ഉള്ള സുന്ദരിയായ നഴ്സിനോട് പറഞ്ഞു. എല്ലാം വിശദമായി ചോദിച്ച് എഴുതി എടുത്തോളാൻ സുന്ദരിക്ക് നിർദ്ദേശം നല്കി, അതിനിടയിൽ ഒരു പേപ്പറിൽ എന്തൊക്കെയോ കുത്തിക്കുറിച്ച് അവൾക്ക് നല്കിയതിന് ശേഷം, ഒരു മൂലയിൽ ചുരുണ്ടുകൂടി കിടന്നിരുന്ന വൃദ്ധന്റെ അരികിലേക്ക് അയാൾ പോയി.

നടന്ന സംഭവങ്ങളെല്ലാം ഞാൻ നഴ്സിനോട് വിശദമായി പറഞ്ഞു. എന്നാൽ മൃണാളിനിയെപ്പറ്റി അവളോടും ഒന്നും പറഞ്ഞില്ല. അവൾ എന്റെ മുറിവുകൾ എല്ലാം തുടച്ച് വൃത്തിയാക്കി. ചുണ്ടിലെ മുറിവ് കൂടുതൽ ഇല്ലെന്നും അതിന് മരുന്ന് കഴിച്ചാൽ മതിയെന്നും പറഞ്ഞു. അവിടെ നിന്നും കിട്ടിയ മരുന്നും ഗുളികകളുമായി ഞാൻ വേച്ച് വേച്ച് പുറത്തേക്ക് നടന്നു. എങ്ങോട്ട് പോകണമെന്നറിയാതെ അല്പസമയം റോഡരുകിലെ മരച്ചുവട്ടിലെ തണലിൽ അഭയം

പ്രാപിച്ചു. അപ്പോൾ എന്റെ കാതുകളിൽ കൂട്ടമായി പറക്കുന്ന കടന്നലുകളുടെ മുരൾച്ച പോലെ എന്തോ ഒന്ന് മുഴങ്ങുന്നത് ഞാനറിഞ്ഞു. കണ്ണുകളിൽ ആയിരം സൂര്യന്മാർ ഒരുമിച്ച് ഉദിക്കുമ്പോഴുള്ള പ്രകാശം അടിച്ച് കയറി, എന്റെ ബോധതലത്തിൽ ആരോ ചുറ്റിക കൊണ്ട് ആഞ്ഞടിക്കുന്ന പ്രതീതി നിറഞ്ഞു വന്നു. മയക്കത്തിന്റെ നീർകുമിളകൾ എന്റെ മുന്നിൽ വായുവിൽ പറന്നു നടന്നു.

3

അധ്യായം മൂന്ന്

മരണത്തിനും ജീവിതത്തിനുമിടയിൽ ഒരു നൂല്പാലമുണ്ട്. മരണത്തെ പുല്കുന്നതിന് തൊട്ട് മുമ്പാണ് ആരെല്ലാമോ ചേർന്ന് അതിൽ നമ്മെ കയറ്റി നിർത്തുന്നത്. ഒരു കുമിളയുടെ ആയിരത്തിലൊന്ന് ഭാരം മാത്രമേ നമുക്ക് ഉണ്ടാവുകയുള്ളൂ. നൂല് ഇപ്പോൾ പൊട്ടിപ്പോകുമെന്ന് ഭയപ്പെടുമെങ്കിലും ശരീരത്തിന് ഭാരമില്ലാത്തതിനാൽ അതിലൂടെ ബാലൻസ് തെറ്റാതെ നടക്കാനാവും. അങ്ങിനെ പതിയെ മുന്നോട്ട് നടക്കുമ്പോഴാണ് ശരീരം ഉപേക്ഷിച്ചാണ് അതിൽ കയറിയിരിക്കുന്നത് എന്ന വലിയ തിരിച്ചറിവിൽ എത്തിപ്പെടുന്നത്. ഓർമ്മകൾ അപ്പോഴേക്കും മേഘം പോലെ നമ്മെ വിട്ട് ഓടിപ്പോയ്ക്കൊണ്ടിരിക്കും. ഓരോ ഓർമ്മയെയും പിടിച്ച് നിർത്താൻ, കാറ്റിനെ കൈക്കലാക്കാൻ ശ്രമിക്കുന്ന കുഞ്ഞിന്റെ നിഷ്ക്കളങ്കതയോടെ നാം ശ്രമിച്ച് കൊണ്ടിരിക്കും; അതൊരു പാഴ് വേലയാണെന്ന് ആത്മാവ് മന്ത്രിച്ച് തുടങ്ങുമ്പോഴേക്കും നമ്മുടെ മനസ്സ് പൂർണ്ണമായും ആരോ തുടച്ച് വൃത്തിയാക്കി കഴിഞ്ഞിരിക്കും. ഒരു കണിക പോലും അവശേഷിക്കാതെ എല്ലാം നീക്കം ചെയ്യപ്പെടുമ്പോൾ,ഭാരം വീണ്ടും കുറഞ്ഞ് നൂലിൽ നിന്നും സാവധാനം, ലക്ഷ്യമില്ലാതെ അലയുന്ന തൂവൽ പോലെ ഉയരാൻ തുടങ്ങും.

പിന്നീട് ഇരുട്ടിലൂടെയുള്ള സഞ്ചാരമാണ്. കേൾവിയും കാഴ്ചയും സ്പർശവുമില്ലാത്ത യാത്ര തുടങ്ങുകയാണ്. നമ്മെ ആരോ നയിക്കുന്നു എന്നൊരു തോന്നൽ മാത്രം മനസ്സിന്റെ കോണിലെവിടെയോ നിറഞ്ഞ് നില്ക്കും. ചിന്തകൾ ഒരിക്കലും നമ്മെ വേട്ടയാടില്ല. ഒന്നിനു പിറകെ ഒന്നായി, സഞ്ചരിച്ച ചിന്തകൾ എല്ലാം കാണാമറയത്ത് അകപ്പെട്ടിരിക്കും. മനസ്സിൽ അപ്പോൾ ഒരു വികാരത്തിനും ഇരിപ്പിടമുണ്ടാവില്ല. കാലവും സമയവുമെല്ലാം നമ്മെ വിട്ട് ഓടിയൊളിച്ചിട്ടുണ്ടാവും. ആ ഒറ്റപ്പെടൽ നമുക്ക് നല്കുന്ന നിർവൃതി വാക്കുകളിൽ കോറിയിടാൻ സാധിക്കാത്ത തരത്തിൽ ഊഷ്മളവും ഉന്മാദാത്മകവുമാണ്.

ഒരു വലിയ ഗോളത്തിനകത്ത് സുരക്ഷിതമായി ഇരിക്കുന്ന ഒരു തരം തോന്നലാണ് അപ്പോഴുണ്ടാവുന്നത്. എന്താണ് സംഭവിക്കുന്നതെന്ന് അറിയാൻ യാതൊരു താല്പര്യവും നമുക്കപ്പോൾ ഉണ്ടാവില്ല. ഒരു യുക്തിയും നമ്മെ ഭരിക്കാത്ത തരത്തിൽ നിർവ്വാണത്തിന്റെ അന്ത്യഘട്ടത്തിലേക്ക് നാം പ്രവേശിക്കാൻ തുടങ്ങുമ്പോൾ യാത്ര നിലച്ചതായി ഒരു തോന്നലിന് നമ്മുടെ ഉള്ളിലെവിടെയോ മുള പൊട്ടിയിരിക്കും. ഏതോ ഒരു ശക്തി നമ്മുടെ മനസ്സിനെ അതിന്റെ ആകർഷണ വലയത്തിലാക്കാൻ പരിശ്രമിക്കുന്നത് പോലെ പതിയെ ഒരു ലാഞ്ചന നമ്മെ കീഴടക്കാൻ ആരംഭിക്കും.

അതിന് വശപ്പെടാതിരിക്കാൻ ഒരു ശ്രമവും ചെയ്യാൻ കഴിയാതിരിക്കുമ്പോൾ മനസ്സിന്റെ ചില്ലയിൽ നിന്നും ആദ്യ ദലം താഴേക്ക് അടർന്ന് വീഴും. ചോര പൊടിയുമ്പോൾ അനുഭവപ്പെടുന്ന ഒരു കിനിയൽ ഹൃദയത്തിന്റെ ഭിത്തികളിലെവിടെയോ പരക്കുമ്പോൾ മനസ്സിൽ നിലാവ് പടരും.

നമ്മെ പ്രചോദിപ്പിച്ച് കൊണ്ടിരുന്ന ദിവ്യശക്തിയുടെ മായിക വലയത്തിൽ നിന്നും അപ്പോൾ നമ്മുടെ അദൃശ്യ

ബന്ധനത്തിന് അയവുണ്ടാകും. ആരോ നമ്മുടെ മനസ്സിന്റെ വേരിൽ ഒരു തുള്ളി തേൻ കൊണ്ട് നനയ്ക്കുമ്പോൾ ഒരു പൂ വിടരുന്ന ലാഘവത്തോടെ ഹൃദയം തുടിച്ച് തുടങ്ങും.

ദീർഘനേരത്തെ എന്റെ സുഷുപ്തിയ്ക്ക് വിരാമമായത് പ്രഭാതത്തിലെ ഒരു മഞ്ഞുതുള്ളി എന്റെ ചുണ്ടിൽ ഉതിർന്ന് വീണപ്പോഴാണ്. മായക്കാഴ്ചകളുടെ ഏതോ അറ്റത്ത് നിന്നും ഞാൻ ജീവിതത്തിന്റെ ചൈതന്യത്തിലേക്ക് വലിഞ്ഞ് കയറി വരികയായിരുന്നു. മാഞ്ഞ് പോയ ഓർമ്മകളുടെ ഭണ്ഡാരം എന്റെ തലയ്ക്കകത്തേക്ക് തേങ്ങ ചൊരിയുമ്പോലെ ആരോ ഇട്ടു തന്നുകൊണ്ടിരുന്നു. എന്നെ ഉപേക്ഷിച്ച് പോയ വേദനകളും വികാരങ്ങളും,കുത്തിയൊഴുകുന്ന നദിയുടെ രൗദ്രഭാവം പൂണ്ട് വീണ്ടും എന്നിലേക്ക് ആവേശിച്ച് തുടങ്ങി. ജീവിതം ഒരു നൂലാമാലയാണെന്ന് ഒരിക്കൽ കൂടി ഞാൻ തിരിച്ചറിഞ്ഞു. യഥാർത്ഥത്തിൽ മരണം പ്രശാന്തമാണ്. അല്ലലുകളില്ലാതെ പഞ്ഞി പോലെ ആകാശവിതാനത്ത് ഒഴുകി നടന്നപ്പോൾ എത്ര സുന്ദരമായിരുന്നു.

നേരം വെളുത്തു വരുന്നേയുള്ളൂ ,വീണ്ടും ഒരു ഉദയം കൂടി ജീവിതത്തിന്റെ അധ്യായത്തിലേക്ക് എഴുതി ചേർക്കപ്പെടാൻ നിമിഷങ്ങളെണ്ണി ഞാനിരുന്നു. സുന്ദരിയായ നഴ്സിന്റെ കണ്ണുകളിലെ കരുണാർദ്രമായ നോട്ടം എന്റെ ഹൃദയത്തിലെവിടെയോ ഒരു പൊത്ത് ഉണ്ടാക്കി കൂട് കെട്ടാൻ തുടങ്ങിയപ്പോൾ, ആ മനോരാജ്യക്കാരി അടയ്ക്കാ കിളിയെ ഞാൻ മൃണാളിനിയുടെ വശ്യനയന ചിന്തകളാൽ ആട്ടി ഓടിച്ചു.

കുറെ നേരം കൂടി മരത്തിൽ ചാരിയിരുന്നു. പിന്നെ എഴുന്നേറ്റ് റോഡരുകിലൂടെ നടക്കാൻ തുടങ്ങി. ഒരു പെൺകുട്ടി വലിയ ഒരു പാൽപ്പാത്രവുമായി വേഗത്തിൽ എന്നെ മറികടന്നു നടന്നു പോയി. അടുത്തെങ്ങാനും വല്ല കടകളോ മറ്റോ ഉണ്ടാവുമോ എന്നറിയാനുള്ള ആകാംക്ഷ

എന്റെയുള്ളിൽ തികട്ടി വന്നപ്പോൾ മുന്നിൽ നടന്നു പോകുന്ന പെൺകുട്ടിയുടെ വേഗതയ്ക്കൊപ്പം എത്താനൊരു ശ്രമം നടത്തിക്കൊണ്ട് അവളോട് ചോദിച്ചു. "അതേയ് ഇവ്ടെ അടുത്തെങ്ങാനും ചായപ്പീട്യേ മറ്റോണ്ടോ?" എന്റെ ചോദ്യം കേട്ടപ്പോൾ അവൾ പെട്ടെന്ന് തിരിഞ്ഞ് നിന്നു. എന്റെ കോലം അപ്പോഴാണ് അവൾ കാണുന്നത്. കരിവാളിച്ച മുഖവും വീർത്ത ചുണ്ടുകളും നീരുവന്ന് ഉരുളക്കിഴങ്ങ് പോലുള്ള കവിളുകളും കണ്ട അവളുടെ മുഖത്ത് അല്പം പരിഭ്രമം നിഴലിട്ടെങ്കിലും സമചിത്തത വീണ്ടെടുത്ത് അവൾ മധുരമായി ചിരിച്ച് കൊണ്ട് മൊഴിഞ്ഞു. "ന്റെ അച്ഛന്റെ ചായക്കടേണ്ട്, ഞാനാടേക്കാ". മരുഭൂമിയിൽ ഇടയ്ക്ക് മാത്രം പെയ്യുന്ന മഴയുടെ ഭാവമായിരുന്നു അവളുടെ ചിരിയിൽ ഞാൻ കണ്ടത്. അവളെ പിന്തുടർന്ന് ഞാൻ നടക്കവേ, അവളുടെ ആകാര ഭംഗിയിൽ പല തവണ എന്റെ കണ്ണുകൾ അനുസരണക്കേട് കാട്ടി ഉഴന്നു നടന്നെങ്കിലും ചുണ്ടിലെ നീറ്റൽ എന്നെ കടിഞ്ഞാണിട്ട് പൂട്ടി.

ചെറിയൊരു ഓല മേഞ്ഞ ചായക്കടയായിരുന്നത്. തലയിൽ ഒരു മുടി പോലുമില്ലാത്ത ഒരു മെലിഞ്ഞ വൃദ്ധൻ ഗ്ലാസിലേക്ക് ചായ പകരുന്നതിലെ അഭ്യാസം കണ്ട് അല്പസമയം ഞാൻ പുറത്ത് നിന്നു. രണ്ടാളുകൾ കട്ടൻ ചായയിൽ ലയിച്ചിരിക്കുന്നുണ്ട്. ഇതിനിടയിൽ പത്രപാരായണത്തിൽ നിപുണനായ ഒരു പണ്ഡിതൻ ഒരു മൂലയിലിരുന്ന് ഉറക്കെ ആകാശവാണി വാർത്തകളെ ലജ്ജിപ്പിക്കുന്ന തരത്തിൽ വായനാ ലഹരിക്കടിമപ്പെട്ട് കണ്ഠക്ഷോഭം ചെയ്യുന്നുണ്ട്. ഇതെല്ലാം നിരീക്ഷിക്കവെ എന്നെ വഴി നടത്തിയ പെൺകുട്ടി പുറത്തേക്ക് എത്തി നോക്കി, അകത്തേക്ക് ഇരിക്കാൻ ക്ഷണിച്ചു.

‘ ഇവ്ടിരിന്നോളൂട്ടോ, ഒന്നും കഴിച്ചിട്ട്ണ്ടാവില്യാല്ലേ?ന്താ വേണ്ടത് ചായ്യോ, അതോ കാപ്പ്യോ?’

അവളുടെ ചോദ്യത്തിലെ സൽക്കാരാംശത്തിൽ ഒരലിവിന്റെ ധ്വനി ഒളിഞ്ഞ് കിടക്കുന്നുണ്ടോ എന്നൊരു ചെറിയ സംശയം എന്റെയുള്ളിൽ ഉരുവായി. ഗ്രാമം അങ്ങിനെയാണ് ഏത് ഇല പൊഴിഞ്ഞാലുമതറിയും. ഇന്നലെ നടന്ന സംഭവ വികാസങ്ങൾ എല്ലാവരുമറിഞ്ഞിട്ടുണ്ടാവും. ആകപ്പാടെ നാണക്കേടായി. അപ്പോഴാണ് പത്രപാരായണപ്പടുവും കട്ടൻ ചായ അണ്ണാക്കിലേക്ക് നിർഗളിപ്പിച്ച് കൊണ്ടിരുന്ന ചേട്ടന്മാരും അവരുടെ ഉദ്യമങ്ങളിൽ നിന്നും വിരമിച്ച്, ഒരിരയെ വീണ് കിട്ടിയ കാക്കയുടെ കണ്ണുകളുമായി എന്നെ പല കോണുകളിൽ നിന്നും കൊത്തിവലിക്കാൻ തുടങ്ങിയത്.

ആവി പറക്കുന്ന കട്ടൻ ചായ മുന്നിലെ ചെറിയ മേശമേൽ വൃദ്ധൻ കൊണ്ടു വെച്ചു. അപ്പോഴേക്കും ഞാൻ പറയാതെ തന്നെ രണ്ട് കഷണം പുട്ടും കടലക്കറിയും ആ പെൺകുട്ടി എന്റെ മുന്നിലേക്ക് എത്തിച്ചപ്പോഴാണ് പല്ല് തേച്ചില്ല എന്ന കാര്യമോർത്തത്. എന്റെ പരിഭ്രമത്തിന്റെ കാര്യം ഗ്രഹിച്ച അവൾ അടുക്കളയിൽ നിന്നും കുറച്ച് ഉമിക്കരിയുമായ് വന്നു. ഞാൻ അത് കൈവെള്ളയിൽ ഏറ്റ് വാങ്ങി പുറത്തിറങ്ങി പല്ല് തേപ്പ് തുടങ്ങി. മുറിവിൽ പുരണ്ട കരി വല്ലാത്ത നീറ്റൽ ഉണ്ടാക്കിയെങ്കിലും സംഗതി ഒരു പരുവത്തിലൊപ്പിച്ചു.

നല്ല വിശപ്പ് ഉണ്ടായിരുന്നതിനാൽ രണ്ട് കഷണമെല്ലാം ക്ഷണനേരം കൊണ്ട് അകത്താക്കി, അപ്പോഴേക്കും ഏത്തക്കാപ്പഴവും പുഴുങ്ങിയ മുട്ടയുമെല്ലാം എന്റെ മുന്നിൽ ഹാജരായി. നല്ല രുചിയുള്ള ഭക്ഷണമായതിനാൽ കാര്യമായി തന്നെയങ്ങു തട്ടി വിട്ടു. എന്റെ ഈ ആക്രാന്ത വിഴുങ്ങൽ അടുക്കളയിലെ ചെറിയ ജനാലയിലൂടെ അവൾ നോക്കി നിൽക്കുന്നത് ഭോജനത്തിന്റെ അവസാന നാഴികയിലാണ് ഞാൻ കണ്ടത്. തെല്ല് ജാള്യത തോന്നിയെങ്കിലും പുറത്ത് കാണിക്കാതെ ഞാനെഴുന്നേറ്റു.

വൃദ്ധന് പണവും നല്കി പുറത്തേക്ക് നടന്നു. കുറച്ച് മുന്നോട്ടെത്തിയപ്പോഴേക്കും ഒഴിഞ്ഞ പാൽ പാത്രവുമായി ആ പെൺകുട്ടി എന്റെയൊപ്പമെത്താൻ പിറകിൽ നിന്നും ഓടി വന്നു.

"ഇങ്ങള് നാട്ടീക്ക് പോകാണോ?"

അവളുടെ ചോദ്യത്തിനുള്ള ഉത്തരം എന്റെ മനസ്സിൽ പരുവപ്പെടാത്തതിനാൽ "തീരുമാനിച്ചില്ല "എന്ന് പറഞ്ഞു തടി തപ്പാൻ ശ്രമം നടത്തി.

''ആ ഭാനേച്ചി ഒരു മോശാ, രവ്യേട്ടനും കണക്കാ"

ഞാൻ വെറുതെ ഒന്നവളെ നോക്കി പുഞ്ചിരിച്ചു.

"ഇങ്ങളെ വീട്ടില് ആരൊക്കെണ്ട് " അവൾ വിടാനുള്ള ഭാവമില്ല.

ഈ ചോദ്യത്തിന് ഉത്തരം നല്കുക എന്നത് വളരെ സങ്കീർണ്ണമായ സമസ്യയാണെന്ന് എനിക്ക് തോന്നി. വീട്ടിൽ നിന്നും ആട്ടിയിറക്കുമ്പോൾ അച്ചരൻ പറഞ്ഞത് ഇപ്പോഴും ചെവിയിൽ മുഴങ്ങുന്നുണ്ട്. "ഇനിയീ വീട്ടില് അന്റെ ആരുല്യ, എങ്ങോട്ടാച്ചാ പോയ്ക്കോ" അന്ന് ഇറങ്ങിപ്പോന്നത് മുതൽ അവിടെ എനിക്കാരുമില്ല എന്നൊരു തോന്നലിടക്കിടെ പുകഞ്ഞ് വരും, പക്ഷേ സ്വയം കുറ്റപ്പെടുത്തി അതിനെയെല്ലാം ആത്മപീഢ കൊണ്ട് മറികടക്കാൻ ശ്രമിക്കും. ഒന്നും പറയാതെ മുന്നോട്ട് നടക്കുന്ന എന്നെ നോക്കി ആ പെൺകുട്ടി അവിടെ തന്നെ നിന്നു.

അവളെ അവഗണിച്ച് കൊണ്ട് നടത്തത്തിന് അല്പം വേഗത കൂട്ടിയ ഞാൻ നേരെ പോയത് കവലയിലെ ഒരു ചെറിയ കടയിലേക്കാണ്. ഒരു പാക്കറ്റ് ചാർമിനാറും ഒരു തീപ്പെട്ടിയും വാങ്ങി. സിഗരറ്റിന് തീ കൊളുത്തി വായു മലിനീകരണം നടത്തി കൊണ്ട് ഞാൻ കടയിലെ ചെറുപ്പക്കാരനോട് ചില കുശല പ്രശ്നങ്ങൾ നടത്തി. അതിനിടയിൽ അവൻ രവിയെപ്പറ്റി പറഞ്ഞു തുടങ്ങി.

മൂന്ന് വർഷങ്ങൾക്ക് മുമ്പാണ് രവി ആദ്യമായി വെണ്ണിലത്ത് വരുന്നത്, അധികം ആരോടും സംസാരിക്കാത്ത അധ്വാനിയായ ഒരു കല്പണിക്കാരൻ ആയിരുന്ന അയാളെ എല്ലാവർക്കും ഇഷ്ടമായിരുന്നു. വെണ്ണിലത്തെ പ്രാഥമിക ആരോഗ്യ കേന്ദ്രത്തിന്റെ പണി നടക്കുന്ന സമയത്താണ് അയാൾ ഒരു കോൺട്രാക്റ്ററുടെ പ്രധാന പണിക്കാരനായി വരുന്നത്. ഊർജ്ജസ്വലതയും തൊഴിലിലെ വൈദഗ്ധ്യവും അയാളെ എല്ലാർക്കും അഭിമതനാക്കിത്തീർത്തു. തൊഴിലാളികൾ എല്ലാവരും താമസിച്ചിരുന്നത് വെണ്ണിലത്തെ പ്രധാന കച്ചവടക്കാരൻ മൂസാ ഹാജിയുടെ വാടക വീട്ടിലായിരുന്നു. ആ വീട്ടിലേക്കുള്ള വഴിയിലാണ് അന്ന് ഭാനുമതി താമസിച്ചിരുന്നത്, അവൾക്ക് പലരോടും വഴിവിട്ട ചില ബന്ധങ്ങൾ ഉണ്ടായിരുന്നു. ഒരു ദിവസം രവി കെട്ടിടപ്പണിക്കിടയിൽ കോണിയിൽ നിന്നും വീണ് കാലിന് ചതവ് പറ്റി. രണ്ടാഴ്ചയെങ്കിലും അനങ്ങാതെ കിടക്കണമെന്ന് കളരി ആശാൻ കണാരൻ ഗുരുക്കൾ പറഞ്ഞതനുസരിച്ച് അയാൾ വാടക വീട്ടിൽ തന്നെ കഴിച്ചു കൂട്ടി. രവി ഒറ്റക്കായപ്പോൾ പകൽ സമയങ്ങളിൽ ഭാനുമതി കഞ്ഞിയും പയറുമൊക്കെയായി അവിടെ വന്ന് രവിയുമായി ബന്ധമുണ്ടാക്കി.ആ നാട്ടിലെ ആളുകളെയൊന്നും കാര്യമായി പരിചയമില്ലാതിരുന്ന രവി അവളുടെ വാക്കുകൾ വിശ്വസിച്ച്, ആങ്ങളമാരുടെ മൗനാനുവാദത്തോടെ ഭാനുമതിയെ ആരുമറിയാതെ രജിസ്റ്റർ വിവാഹം ചെയ്തു. കുറച്ച് ദിവസങ്ങൾ കഴിഞ്ഞപ്പോഴേക്കും രവിയല്ലാതെ പലരും അവളുടെ വീട്ടിൽ വരുന്നുണ്ടെന്ന കാര്യം അയാൾ തിരിച്ചറിഞ്ഞു. കൂട്ടത്തിൽ തന്റെ കൂടെയുള്ള തൊഴിലാളികൾ വരെയുണ്ടെന്ന കാര്യം അയാളുടെ സമനില തെറ്റിച്ചു. പിന്നെ മദ്യത്തിനും കഞ്ചാവിനും അടിമപ്പെട്ട് സ്വയം നശിക്കാൻ തീരുമാനിച്ച അയാൾ ഒരു കൂട്ടിക്കൊടുപ്പുകാരൻ വരെയായി

തരം താണു. പിന്നെ വല്ലപ്പോഴും മാത്രമേ വെണ്ണിലത്തേയ്ക്ക് അയാൾ വരാറുണ്ടായിരുന്നുള്ളൂ. ഇത്രയും കാര്യങ്ങൾ കടയിലെ ചെറുപ്പക്കാരൻ എന്നോട് ഒറ്റ ശ്വാസത്തിൽ പറഞ്ഞു തീർത്തു. ഞാൻ രവിയെപ്പറ്റി ഒരു വാക്കു പോലും ചോദിക്കാതെയാണ് അയാൾ ഇത് മുഴുവൻ എന്റെ മുന്നിൽ ഓക്കാനിച്ചത്.

രവിയുടെ പൂർവ്വകാല ചരിതം എന്നിൽ വിശേഷിച്ച് ഒരു കൗതുകവും സൃഷ്ടിച്ചില്ല. ഇത്തരത്തിലുള്ള കക്ഷികളുടെയെല്ലാം ഭൂതകാല പ്രയാണത്തിൽ ഇത്തരം വഴിത്തിരിവുകൾ ഉണ്ടാകുന്നത് സ്വാഭാവികമാണ്. പിന്നെ അത് നാടൊട്ടുക്കും പറഞ്ഞ് നടക്കാൻ കുറെ നാട്ടുകാരും ഉണ്ടാകും. മറ്റുള്ളവന്റെ കിടപ്പറയിലെ രഹസ്യം ചെവിയോർത്ത് കേട്ട് അത് പരസ്യമാക്കുമ്പോൾ ഇക്കൂട്ടർ ഒരുതരം വിരേചന സുഖമനുഭവിക്കുന്നു. സ്വന്തം മനസ്സിന്റെ അടിത്തട്ടിലേക്ക് നോക്കി വിലയിരുത്താതെ അന്യന്റെ അളവും തൂക്കവുമെടുക്കാൻ നടക്കുന്ന ഈ മാന്യ ദേഹങ്ങളെ എന്നും എനിക്ക് വെറുപ്പായിരുന്നു. ഏറ്റവും വലിയ അറിവ് സ്വയം അറിയലാണ്, മറ്റുള്ളവരെ അറിയാൻ ശ്രമിക്കുന്നതും മണൽത്തരികൾ എണ്ണി തിട്ടപ്പെടുത്താൻ ശ്രമിക്കുന്നതും തുല്യമാണ്. ആർക്കും ആരെയും അറിയാൻ കഴിയില്ല. സ്വയം അറിയൽ പോലും നടക്കുന്നില്ല എന്നതാണ് സത്യം.

എരിഞ്ഞടങ്ങിയ ചാർമിനാറിന്റെ കുറ്റി ദൂരെയ്ക്ക് വലിച്ചെറിഞ്ഞ് ഞാൻ നടന്നു. എത്രയും വേഗം ഈ സ്ഥലം ഉപേക്ഷിക്കണമെന്ന് മനസ്സ് മന്ത്രിച്ചു. ബസ് സ്റ്റോപ്പിൽ ചെന്നിരുന്നു. ഒരു മണിക്കൂർ ഇരുന്നിട്ടും ഒരു ബസ് പോലും വന്നില്ല. ചിന്തകൾ ഇയ്യാംപാറ്റകൾ പോലെ തലയ്ക്കകത്ത് പറക്കാൻ തുടങ്ങി. മൃണാളിനിയെ എവിടെ ചെന്നാണ് ഇനി തിരയുക?, എല്ലാ വഴികളും അടയുകയാണോ?. പിന്നെ ഭാനുമതിയെപ്പറ്റി ചിന്തിച്ചു, അവൾ എങ്ങിനെയാവും

മോശമായത്, ആരെങ്കിലും അവളെ അങ്ങിനെയൊക്കെ ആക്കിയതാവില്ലേ?.ഈ കഥകൾ മുഴുവൻ എന്റെ മുന്നിൽ വിളമ്പിയ കടയിലെ ചെറുപ്പക്കാരനും സുന്ദരിയായ അവളെ വെറുതെ വിടുമോ?, അവസരങ്ങൾ കിട്ടിയാൽ മുതലെടുക്കില്ലേ?അപ്പോൾ അയാളും മറ്റുള്ളവരും തമ്മിൽ എന്താണ് വ്യത്യാസം. ഭാനുമതിയെപ്പറ്റി കുറെ നേരം ചിന്തിച്ചു.. അവൾക്കും പറയാനുണ്ടാവില്ലേ? ചില കഥകൾ. ആളുകളൊന്നും പറയാത്ത സത്യങ്ങൾ... മനസ്സിന്റെ നെരിപ്പോടിൽ കത്തിയെരിയുന്നവ.... എല്ലാവരും ചേർന്ന് മോശം സ്ത്രീ എന്ന് അവഗണിക്കുമ്പോഴും പരിഹസിക്കുമ്പോഴും അവളുടെ മനസ്സിലെരിയുന്ന കനലിനെ ആരും കാണാതെ പോവുകയല്ലേ?.

പെട്ടെന്നാണ് പിറകിൽ നിന്നും ഒരാളുടെ കാൽപ്പെരുമാറ്റം കേട്ടത്, തിരിഞ്ഞ് നോക്കിയപ്പോൾ,എനിക്കെതിരെ പരാതി എഴുതി ഭാനുമതിയെക്കൊണ്ട് ഒപ്പിട്ട് പോലീസിന് നല്കിയ കക്ഷി വാസ്വേട്ടൻ, വലിയ വായിൽ ചിരിച്ച് കൊണ്ട് നില്ക്കുന്നു. അയാളുടെ ഭാവം കണ്ടപ്പോൾ ഞാനും ഉള്ളിൽ ചിരിച്ചു.

"ക്ഷമിക്കണം ട്ടോ, ചെലപ്പോ അങ്ങിന്യാ എടുത്തങ്ങട് ചാടും, മുന്നും പിന്നും നോക്കില്ല്യ, ഇത്തിരി പൊതുപ്രവർത്തനം ണ്ടേ, അയിന്റെ ഒരസ്കിത്യാന്ന് കൂട്ട്യാ മതി"

അയാൾ ഒറ്റ ശ്വാസത്തിൽ ക്ഷമാപണം നടത്തി, വിനീതനായി നിന്നു.

"സാരല്ല്യ, പോട്ടെ"ഞാൻ പ്രതിവചിച്ചു.

''ഇന്ന് ബസ്സ്കാര് പണിമുടക്കിലാ, കാത്ത്ന്നിട്ട് കാര്യല്ല്യ, ഇനിപ്പോ നാളെപ്പോകാം" അയാളുടെ വാക്കുകൾ എന്നെ നിരാശയിലാക്കി.

"വേറെ വണ്ടി ഒന്നുംണ്ടാവില്യേ?, പോയിട്ട് കാര്യണ്ടാർന്നു" ഞാൻ പ്രതീക്ഷയോടെ അയാളുടെ മുഖത്തേക്ക് നോക്കിപ്പറഞ്ഞു.

"ഇവ്ടത്തെ കാര്യം അനക്കറിയാഞ്ഞിട്ടാ, ടാക്സിക്കാരും സമരത്തിലാ, ചെറിയൊരു കാര്യം മതി അപ്പം താക്കോലും ഊരി ഓല് പോകും" അയാൾ അസന്ദിഗ്ദ്ധമായി പറഞ്ഞവസാനിപ്പിച്ചപ്പോൾ എന്ത് ചെയ്യണമെന്നറിയാതെ ഞാൻ പരുങ്ങി.

''വ്ടെ നിക്കാനൊന്നും കരുതീട്ടല്ല വന്നേ, പിന്നെ ഒന്നും പറഞ്ഞിട്ട് കാര്യല്ല, ഇപ്പന്താ ചെയ്യാ, ഇന്ന് തങ്ങാൻ വല്ല ലോഡ്ജോ മറ്റോ കിട്ടോ ഇവ്ടേ" ധർമ്മസങ്കടത്തിലായ ഞാൻ അയാളോട് ചോദിച്ചു.

''ലോഡ്ജോ, ഇവ്ടോ, ഇയ്യ് ന്റെ ഒപ്പം വാ" അയാൾ എന്റെ കൈ പിടിച്ച് പാതയ്ക്കരികിലൂടെ സാവധാനം നടന്നു.

4

അധ്യായം നാല്

വാസ്വേട്ടൻ അദ്ദേഹത്തിന്റെ വീട്ടിലേക്കാണ് എന്നെ നയിച്ചത്. പലതരം കൃഷികൾ ആ പുരയിടത്തിൽ അയാൾ ചെയ്തിട്ടുണ്ട്. നല്ല വൃത്തിയും ഭംഗിയുമുള്ള ഒരു മാളിക വീടായിരുന്നു അത്. മുളക് ഉണക്കാനായി മുറ്റത്ത് പായ വിരിക്കുകയായിരുന്ന അയാളുടെ ഭാര്യ, ഞങ്ങളെ കണ്ടപ്പോൾ ഉദ്യമം ഉപേക്ഷിച്ച് അകത്തേയ്ക്ക് കയറിപ്പോയി. കോലായിലെ ചാരുകസേരയിൽ വാസ്വേട്ടൻ മലർന്നു കിടന്നു. അടുത്തുള്ള കസേര ചൂണ്ടിക്കാട്ടി എന്നോടിരിക്കാൻ പറഞ്ഞു.ആ വീട്ടിൽ എല്ലാ സാധനങ്ങളും വളരെ അടുക്കും ചിട്ടയോടും ആണ് ക്രമീകരിച്ചിരിക്കുന്നത്

ഭാര്യ അയാളെക്കാൾ വളരെ ചെറുപ്പമാണ്. അവരായിരിക്കും മുറ്റത്ത് വിടർന്നു നില്ക്കുന്ന പല നിറത്തിലും തരത്തിലുമുള്ള പനിനീർപ്പൂക്കളുടെ പിന്നിലെന്ന് ഞാനൂഹിച്ചു.

"നിറയെ ചെടികളും പൂക്കളുമാണല്ലോ?" നിശബ്ദതയെ അകറ്റാൻ ഞാൻ ഒരു വാക്ശരം തൊടുത്തുവിട്ടു.

''ഇതൊക്കെ ഓള് പൊന്നുപോലെ നോക്കുന്നതാ, ആ ഇങ്ങള് പരിചയപ്പെട്ടില്ലല്ലോ?, ഭാമീ..... ഭാമീ..." അയാൾ അകത്തേക്ക് നോക്കി നീട്ടി വിളിച്ചു. വാതില്ക്കൽ നിന്നും തല

കുറച്ച് പുറത്തേക്ക് നീട്ടി കൊണ്ട് അവർ വിളി കേട്ടു .

"യ്യിങ്ങോട്ട് വാ,ഇതാ ഞാനിന്നലെ അന്നോട് പറഞ്ഞ ആൾ, മൂപ്പര് ഇന്ന് സ്ഥലം വിടാന്നാ വിചാരിച്ചേ, ബസ്കാര് പറ്റിച്ചു, ഇന്ന് സമരല്ലേ, നാളെപ്പോകാന്ന് പറഞ്ഞ് ഞാനിങ്ങ് കൂട്ടി, ഇമ്മളെ ആ അറാം പെറന്ന കർത്ത പൂവനെ ഇന്ന് തീർക്കാം"

അവർ പുറത്തേക്ക് ഒന്ന് എന്നെ എത്തി നോക്കി പുഞ്ചിരിച്ചു കൊണ്ട് പറഞ്ഞു. "ആളോള് കുറെ ഉപദ്രവിച്ചല്ലേ; ഇവര് ല്ലാം പറഞ്ഞു, ഇവര്ക്ക് വേണ്ടാത്ത കാര്യത്തില് തലയിടല് കൊറച്ച് കൂടുതലാ, ഒന്നും തോന്നല്ലേ" അവരുടെ ക്ഷമാപണം കലർന്ന സ്വരം എന്നിൽ അസ്വസ്ഥത ഉളവാക്കി. കിട്ടിയ അടിയെക്കാൾ പ്രഹരമേല്ക്കുന്നത് ഇത്തരം വാക്കുകളിൽ നിന്നാണെന്ന് അവർക്കറിയില്ലല്ലോ, ഇനി ഇക്കാര്യം അറിയാത്തവരായി വെണ്ണിലത്ത് ആരുമുണ്ടാവില്ല, ഞാൻ നെടുവീർപ്പിട്ടു.

"ഓ അതൊന്നും സാരല്യ" ഞാൻ ആ സംഭാഷണം അവിടെ അവസാനിപ്പിക്കാൻ ശ്രമിച്ചു. അവർ വീണ്ടും പുഞ്ചിരിച്ചു കൊണ്ട് എന്നെ നോക്കി, അവരുടെ കണ്ണുകളിലെ ഭാവം എന്നിലെവിടെയോ ഒരു തീപ്പൊരി സൃഷ്ടിച്ചു. അവർ അകത്തേക്ക് കയറിപ്പോയി, കുറെ പഴങ്ങളും ഉണ്ണിയപ്പവും ചായയുമായി തിരിച്ച് വന്നു. എന്റെ മുമ്പിലെ ചെറിയ മേശമേൽ വെച്ചു, എടുത്തു കഴിക്കാൻ നിർബന്ധിച്ചു. ഇതിനിടയിൽ വാസ്വേട്ടൻ വീടിന്റെ പിറകിലേക്ക് നടക്കുന്നത് കണ്ടു. അല്പസമയത്തിനുള്ളിൽ ഒരു കോഴിയുടെ പിടച്ചിലും കുതറലും ഞാൻ തിരിച്ചറിഞ്ഞു. ഞാൻ കാരണം രക്തസാക്ഷിയാകേണ്ടി വന്ന പൂവനെ ഓർത്ത് മനസ്സ് വിങ്ങിയെങ്കിലും നാടൻ പൂവന്റെ സ്വാദ് രസമുകുളങ്ങളെ തലോടിയപ്പോൾ ആ ചിന്തകൾ മുളയിൽ നിന്നു തന്നെ വീണു കരിഞ്ഞു. ഭാമി ചേച്ചിയുടെ ഉണ്ണിയപ്പത്തിന്റെ സ്വാദിൽ അലിഞ്ഞ് പോയ ഞാൻ അപ്പോഴേക്കും

മൂന്നുനാലെണ്ണമകത്താക്കി കഴിഞ്ഞിരുന്നു.

"ന്നാലുമാ ദുഷ്ടന്മാർ വല്ലാണ്ട് തല്ലിക്കളഞ്ഞല്ലേ" അവർ എന്റെ നീരു വെച്ച് വീർത്ത മുഖം കണ്ട് സങ്കടപ്പെട്ടു. "ഞാനിത്തിരി വെള്ളം തെളപ്പിക്കാം, ഉപ്പിട്ട ചൂട് വെള്ളത്തീ കുളിച്ചാ നീർക്കെട്ട് പമ്പ കടക്കും" അവർ എന്റെ അനുവാദത്തിന് കാത്ത് നില്ക്കാതെ അടുക്കളയിലേക്ക് ധൃതിപ്പെട്ടു നടന്നു.

പുറത്തെ കുളിമുറിയിൽ തയ്യാറാക്കി വെച്ച ചൂടുവെള്ളത്തിൽ കുളിച്ചപ്പോൾ ക്ഷീണമെല്ലാം അവര് പറഞ്ഞ പോലെ എവിടേയോ പോയ് മറഞ്ഞു. പകരമെത്തിയത് ഉഗ്രൻ വിശപ്പാണ്. "ഇങ്ങള് പറമ്പിലൊക്കെ ഒന്ന് നടന്നിട്ട് വരീ, ജാമ്പക്കേം സപ്പോട്ടേം കുറേണ്ട്, ദാ അവ്ടെ " വാസ്വേട്ടൻ കൈ ചൂണ്ടി കാണിച്ച ദിക്കിലേക്ക് ഞാൻ പതിയെ നടന്നു. ചുവന്ന ജാമ്പക്കയും പഴുത്ത സപ്പോട്ടയും ഒന്നുരണ്ടെണ്ണം പറിച്ച് തിന്ന് പറമ്പിലെ കൃഷികൾ നോക്കി നടന്നു. വെണ്ടയും പടവലവും കയ്പയും തക്കാളിയും എല്ലാം പാകമായി നില്ക്കുന്നു. ചുവന്ന ചീരയും പച്ച ചീരയും പല തരത്തിലും നിറത്തിലുമുള്ള മുളകുകളും പയറുകളും വരിവരിയായി കുറ്റിയുറപ്പോടെ പൊങ്ങി വരുന്നുണ്ട്. കപ്പയും ചേനയും കാച്ചിലുമെല്ലാം പല ഭാഗങ്ങളിലായി തല ഉയർത്തി പുതിയ അതിഥിയെ കണ്ട ഭാവത്തിൽ തലയാട്ടി നോക്കുന്നുണ്ട്. വാസ്വേട്ടനിലെ കർഷകന്റെ തുടിപ്പുകൾ ആ രണ്ടേക്കർ പറമ്പാകെ പല മരങ്ങളും ചെടികളുമായി നിറഞ്ഞ് നില്ക്കുകയാണ്. പറമ്പാകെ ചുറ്റിത്തിരിഞ്ഞ് ഞാൻ എത്തുമ്പോഴേക്കും വറുത്ത തേങ്ങയരച്ച കോഴിക്കറിയുടെ ഗന്ധമെന്റെ നാസാദ്വാരങ്ങളെ ഉദ്ദീപിപ്പിക്കാൻ തുടങ്ങിക്കഴിഞ്ഞിരുന്നു.

തൂശനിലയിൽ കുത്തരിച്ചോറും കോഴിക്കറിയും പയറുപ്പേരിയും മോരു കാച്ചിയതും പപ്പടവും ചേർന്നുള്ള

ഊണ് വിസ്തരിച്ച് ഞാനാസ്വദിച്ചു. ഭാമി ചേച്ചിയുടെ കൈപ്പുണ്യത്തെക്കുറിച്ച് രണ്ട് വാക്കുകൾ ഏമ്പക്കത്തിന്റെ പിന്നണിയോടെ ഉതിർത്ത് ഞാനെഴുന്നേറ്റപ്പോഴും വാസ്വേട്ടൻ മൂത്ത പൂവനുമായുള്ള മൽപ്പിടുത്തം അവസാനിപ്പിച്ചിരുന്നില്ല.

ഞാൻ വാസ്വേട്ടന്റേയും ഭാമി ചേച്ചിയുടെയും അതിഥി സൽക്കാരത്തെപ്പറ്റിയാണ് അന്ന് കുറെ നേരം ചിന്തിച്ചത്,അപരിചിതനായ എന്നോട് അനുഭാവപൂർവ്വം പെരുമാറുന്ന അവരുടെ സ്നേഹത്തിന് മുമ്പിൽ ഞാൻ ഒരു കുഞ്ഞിനെപ്പോലെ ആയതായി എനിക്ക് തോന്നി.ആ ദമ്പതികളുടെ ജീവിതത്തിൽ എല്ലാ ഐശ്വര്യങ്ങളും വരട്ടെയെന്ന് മനസ്സിൽ പ്രാർത്ഥിച്ചു കൊണ്ട് വാസ്വേട്ടൻ കാണിച്ചു തന്ന മാളികപ്പുറത്തെ പടിഞ്ഞാറ് ഭാഗത്തെ മുറിയിൽ ഞാൻ ഉച്ചമയക്കത്തിനായി കിടന്നു. നല്ല ക്ഷീണവും നിറഞ്ഞ വയറും എന്നെ ഉറക്കത്തിലേക്ക് വേഗത്തിൽ വലിച്ചടുപ്പിച്ചു.

ആരോ കതകിന് മുട്ടുന്ന ശബ്ദം കേട്ടാണ് ഞാൻ ഉണർന്നത്. സമയം സന്ധ്യയോടടുത്തിരിക്കുന്നു. പോക്കുവെയിലിന്റെ അവസാന കിരണങ്ങൾ മാത്രം ആ മുറിയിൽ അവശേഷിച്ചിരിക്കുന്നു. വാതിൽ തുറന്നപ്പോൾ ഒരു ഗ്ലാസിൽ പാലൊഴിച്ച കാപ്പിയും കാച്ചിൽ പുഴുങ്ങിയതും കാന്താരിച്ചമ്മന്തിയുമായി ഭാമി ചേച്ചി മുന്നിൽ നില്ക്കുന്നു. അപ്പോൾ അവരെ കാണാൻ ഒരു പ്രത്യേക ഭംഗിയായിരുന്നു. ഇളം നീല നിറത്തിൽ ചെറിയ പൂക്കൾ നിറഞ്ഞ സാരിയിൽ അവരുടെ യൗവ്വനം എടുത്തു നിന്നു. അവർ അകത്തേയ്ക്ക് പ്രവേശിച്ചപ്പോൾ മുല്ലപ്പൂവിന്റെ നറുമണം എന്നെ തഴുകി കടന്നു പോയി.

"ഞാൻ പല പ്രാവശ്യം വന്നു നോക്കി, ആള് നല്ല ഒറക്കാ,കെടന്നോട്ടെന്ന് ഞാനും വിചാരിച്ചു " അവർ ചിരിച്ച്

കൊണ്ട് പറഞ്ഞു. കാപ്പിയും കാച്ചിലും അവിടെയുള്ള ചെറിയ മേശമേൽ വെച്ചു കൊണ്ട് അവർ കട്ടിലിൽ ഇരുന്നു.

മേശക്കരികിലെ കസേരയിൽ ഞാനിരുന്നു. അവർ നിർബന്ധിച്ചപ്പോൾ കാപ്പിയെടുത്തു കുടിക്കാൻ തുടങ്ങി, കാച്ചിലും ചമ്മന്തിയും നല്ല രുചിയുണ്ടായിരുന്നെങ്കിലും അവരുടെ സാമീപ്യം ഉണ്ടായിരുന്നതിനാൽ അതാസ്വദിക്കാനായില്ല. മനസ്സിൽ ഒരു ഭയപ്പാട് നിഴലാട്ടം നടത്തുന്നത് പോലെ തോന്നി. ആദ്യമായാണ് ഇങ്ങനെ ഒരു സ്ത്രീയുമായി ഒരു മുറിയിൽ തനിച്ചിരിക്കുന്നത്. അവർക്ക് എന്നോട് ഒരു മമതയുണ്ട് എന്നതിൽ കവിഞ്ഞ് ഒന്നുമില്ലെന്ന് അറിയാമെങ്കിലും മനസ്സ് ഇടയ്ക്ക് വഴുതുന്നുണ്ടോ എന്നൊരു സംശയമുള്ളിൽ ചിറക് വിടർത്തിയപ്പോൾ ഞാൻ വാസ്വേട്ടനെവിടെയെന്ന് അവരോട് ചോദിച്ചു.

"മൂപ്പര് ഇനി ഇരുട്ടിയാലേ വരൂ, എന്നും ഇങ്ങിന്യാ, പിന്നെ ഇനിക്ക് ഇതൊക്കെ ഒരു ശ്ശീലായി "

അവരുടെ വാക്കുകളിലെ നോവ് ഞാനറിഞ്ഞു. ഏകാന്തത അങ്ങിനെയാണ്, അത് സാവധാനം നമ്മെ വരിഞ്ഞ് മുറുക്കുന്ന പെരുമ്പാമ്പിനെപ്പോലെയാണ്, ഒടുവിൽ ശ്വാസം പോലും കിട്ടാത്ത വിധത്തിൽ പിടയുമ്പോഴും മറ്റുള്ളവർ അത് മനസ്സിലാക്കണമെന്നില്ല, അറിഞ്ഞാലും കണ്ടില്ലെന്ന ഭാവം നടിച്ച് തിരക്കിനു പിറകെ അവർ കൂടുതൽ ഓടും.

കാച്ചിലു മുഴുവൻ കഴിച്ച ഞാൻ അവരെ നോക്കിയപ്പോൾ ആ കണ്ണുകളിൽ തുളുമ്പി നിന്ന കണ്ണുനീർ കണങ്ങൾ അവർ കരം കൊണ്ട് തുടച്ച്, പാത്രവുമെടുത്ത് ധൃതിപ്പെട്ട് പടികൾ ഇറങ്ങി താഴേക്ക് പോയി.

ഞാൻ കിളിവാതിലിലൂടെ, സിന്ദൂരം പൂശി നില്ക്കുന്ന ചക്രവാളത്തിലേക്ക് നോക്കി നിന്നു. പക്ഷികൾ ചേക്കേറാനായി നിരനിരയായി പറന്നു പോകുന്നു. അതാത് ദിവസത്തെ ആഹാരസമ്പാദനം മാത്രം നടത്തി,

തൃപ്തിയോടെ കൂടണയാൻ ഇണയുമൊത്ത് സ്വാതന്ത്ര്യത്തോടെ ചിറകുകൾ വീശുന്ന അവയുടെ സ്വച്ഛമായ ജീവിതതാളം പ്രകൃതിയുടെ ജീവതാളത്തിൽ വിലയം പ്രാപിക്കുന്നതായി എനിക്ക് തോന്നി.

ഒന്നിലും തൃപ്തിയാകാത്ത മനുഷ്യനും ഇന്നിൽ മാത്രം അഭിരമിച്ച് സംതൃപ്തി നുണയുന്ന ഇതര ജീവിവർഗവും തമ്മിലുള്ള അന്തരം എത്ര വലുതാണെന്ന് ചിന്തിച്ചു കൊണ്ട് നില്ക്കുമ്പോൾ, കോലായിൽ വിളക്ക് വെച്ച് സന്ധ്യാനാമം ജപിക്കുന്ന ഭാമി ചേച്ചിയുടെ ശബ്ദം എന്നിലേക്ക് താളത്തിൽ ഒഴുകി വന്നു. ഞാൻ മുകളിൽ നിന്നും കോണിപ്പടികൾ ഇറങ്ങി താഴേക്ക് വന്നു. ഈശ്വരവിശ്വാസത്തിന്റെ കാര്യത്തിൽ സ്വല്പം പിശുക്കനായതിനാൽ കൂടുതൽ കലാപരിപാടികൾക്കൊന്നും മുതിരാതെ അവിടെ ഭിത്തി അലമാരയിൽ ഉണ്ടായിരുന്ന ഒരു പഴയ മാസിക വെറുതെ മറിച്ച് നോക്കിക്കൊണ്ടിരുന്നു. ജപം കഴിഞ്ഞ് എഴുന്നേറ്റ ഭാമി ചേച്ചി എനിക്ക് ഒരു ലുങ്കിയും ബനിയനും കൊണ്ടുവന്നു തന്നു. കുളിക്കാനായി ചൂടുവെള്ളം വേണോ എന്നും ചോദിച്ച് കൊണ്ട് അവർ അഴിഞ്ഞ് കിടന്ന നീണ്ട കാർകൂന്തലിൽ നിന്നും വാടിയ മുല്ലപ്പൂക്കൾ എടുത്തു മാറ്റി പുറത്തേക്ക് കളഞ്ഞു.

തണുപ്പ് പതിയെ അരിച്ച് കയറി വരുന്നുണ്ടായിരുന്നെങ്കിലും ആതിഥേയരെ മുഷിപ്പിക്കാൻ പാടില്ല എന്ന നിർബന്ധമുള്ളതിനാൽ 'വേണ്ട' എന്ന് മാത്രം പറഞ്ഞ് ഞാൻ അയലിൽ നിന്നും തുവർത്തും എടുത്ത് പുറത്തെ കുളിമുറിയിലേക്ക് നടന്നു. കുളി കഴിഞ്ഞെത്തിയപ്പോഴേക്കും തേങ്ങയിട്ട ആവി പറക്കുന്ന നല്ല കുത്തരിക്കഞ്ഞിയും പയറ് തോരനും കൈയ്പ്പക്ക കൊണ്ടാട്ടവും പപ്പടവും എന്നെയും കാത്ത് മേശമേൽ നിരന്നിരിക്കുന്നുണ്ടായിരുന്നു. അതിഥിയായി എത്തിയ

സ്ഥലം ഒട്ടും മോശമല്ല എന്നൊരു തോന്നൽ എന്നിൽ മന്ദസ്മിതമായി പുറത്തേക്കൊഴുകി.

സൽക്കാര പ്രിയയായ ഭാമി ചേച്ചി സ്നേഹത്തോടെ വിളമ്പിയ കഞ്ഞി ഒറ്റയിരുപ്പിൽ മുഴുവനായി കുടിച്ച് തീർത്തതിന് ശേഷം കോലായിലെ ബഞ്ചിലിരുന്ന് വാസ്വേട്ടനെയും കാത്ത് വഴിയിലേക്ക് നോക്കി ഇരിപ്പായി.

"ചേച്ചി കഴിക്കണില്ലേ?" നിലവിളക്ക് എടുത്ത് അകത്തേക്ക് നടക്കുന്ന ഭാമി ചേച്ചിയോട് ഞാൻ ചോദിച്ചു.

"ഇല്ല്യ വാസ്വേട്ടൻ വന്നാലെ കഴിക്കൂ, പിന്നെ ഇന്നത്തെ ഒരുപാട് കഥകളുണ്ടാവും മൂപ്പര്ക്ക് പറയാൻ, അതൊക്കെ മൂളി കേക്കലാ ന്റെ പണി, അങ്ങനത്തെ ഒരു കഥേലെ നായകനാ ഇപ്പം ഇന്റെ കൂടെ ഇവ്ടെ " അവർ മുഴുമിപ്പിക്കാതെ നിർത്തി.

"ഓരോന്നിനും ഓരോ കാരണണ്ടാവും ല്ലേ?, അല്ലങ്കില് ബസ് കാത്ത് നിന്ന ഞാനിവ് ടെ എത്തില്ലല്ലോ?"

"ശെര്യാ, മൂപ്പര് ഇത് വരെ ന്റെ ഓർമ്മേല് ഇങ്ങനെ ആരേം കൂട്ടി കൊണ്ടോന്നിട്ടില്ല, അന്നെ അത്രക്ക് കാര്യാന്നാ തോന്നണേ, പിന്നെ മൂപ്പര്ക്ക് അന്നോട് ചെയ്ത തെറ്റിന് നല്ലോണം സങ്കടോംണ്ട്, ഇന്നോട് അതും പറഞ്ഞീനീം, ഇമ്മൂപ്പര് പൊതുവെ ഇങ്ങനെ കള്ളത്തരൊന്നും എഴുതാനും പറയാനും നിക്കാത്താളാ, ന്താ പറ്റീന്ന് ആർക്കറിയാം?"

''ഓരോന്ന് ചെലപ്പോ തോന്നുന്നതാ, ആരാ എങ്ങന്യാ പെരുമാറാന്നൊന്നും പറയാൻ പറ്റൂല, ല്ലാം ആരോ ഇമ്മളെക്കൊണ്ട് കളിപ്പിക്യല്ലേ, അല്ലെങ്കീപ്പിന്നെ മര്യാദക്ക് കച്ചോടം നടത്തി ജീവിച്ച ഞാൻ കടേം വിറ്റ്, അടീം വാങ്ങി, ഇവിടം വരെ എത്തീലേ എന്തിനാ?" എന്റെ മറുപടി കേട്ട് ഭാമി ചേച്ചി സാകൂതമിരുന്നു; എന്നിട്ട് ചിരിച്ച് കൊണ്ട് ചോദിച്ചു.

"എന്തിനാ?"

"മൃണാളിന്യേം തേട്യാ ഞാനീ നാട്ടിലെത്തിയെ " എന്റെ മറുപടി കേട്ട ഭാമി ചേച്ചി അവിശ്വസനീയമായി എന്നേ നോക്കിക്കൊണ്ട് ചോദിച്ചു. "മൃണാളിനിയോ അതാരാ, രവിയെക്കാണാനാ യ്ട്ടി ഇവ്ടെ വന്നതെന്നാണല്ലോ,വാസ്വേട്ടൻ പറഞ്ഞേ "

ഞാൻ അത് വരെ ആരോടും പറയാത്ത കാര്യങ്ങൾ എന്റെ മനസ്സിൽ നിന്നും ഉറവ കിനിയുമ്പോലെ ഊർന്നിറങ്ങാൻ തുടങ്ങി. എല്ലാം പറഞ്ഞ് അവസാനിപ്പിച്ചപ്പോഴേക്കും ഞങ്ങൾക്കിടയിൽ ഒരു ആത്മബന്ധത്തിന്റെ മുളപൊട്ടിക്കഴിഞ്ഞിരുന്നു..

പിന്നീട് കുറെ നേരത്തേക്ക് ഞങ്ങൾ ഒന്നും സംസാരിച്ചില്ലെങ്കിലും പരസ്പരം അപ്പോഴും ആശയക്കൈമൊറ്റം നടക്കുന്നതായി ഞാനറിഞ്ഞു. ഞങ്ങളുടെ ചിന്തകൾ തമ്മിൽ കെട്ടുപിണയുന്നതായും പതിയെ അഴിയുന്നതായും എനിക്ക് തോന്നി. അവരുടെ സങ്കടക്കടൽ എന്നിലേക്ക് വിലയം പ്രാപിക്കാനായി ആർത്തലച്ച് വരികയാണ്. ഇതുവരെ ആരോടും പറയാതെ മനസ്സിന്റെ കോണിൽ നിഗൂഢമായി സൂക്ഷിച്ചതെല്ലാം ചാറ്റൽ മഴയിൽ തെളിയുന്ന മഴവില്ല് പോലെ എന്റെ മുന്നിൽ തെളിയുകയാണ്. നിറഞ്ഞൊഴുകുന്ന ആ മനസ്സിന്റെ ആഴമാർന്ന തലം പതിയെ എന്റെ മുന്നിൽ അനാവൃതമായപ്പോൾ ഞങ്ങൾക്കിടയിൽ ഒരു മുജ്ജന്മബന്ധം അലയടിക്കുന്നതായി തോന്നി.

വാസ്വേട്ടൻ വന്നപ്പോഴേക്കും നേരം വളരെ ഇരുട്ടിയിരുന്നു. കടയിൽ നിന്നും വാങ്ങിയ പലചരക്ക് സാധനങ്ങൾ ഭാമി ചേച്ചിയെ ഏല്പിച്ച് എന്നോട് നേരം വൈകിയതിൽ ഒരു ക്ഷമാപണവും നടത്തി നേരെ കുളിക്കാനായി വാസ്വേട്ടൻ പോയി. ഞാൻ മുറ്റത്തേക്കിറങ്ങി വെറുതെ ഉലാത്തിക്കൊണ്ടിരുന്നു. നിലാവിൽ കുളിച്ച് നില്ക്കുന്ന വൃക്ഷലതാദികളുടെ സൗന്ദര്യക്കാഴ്ചയിൽ ആ രാത്രി

ഉന്മാദാത്മകമാണെന്ന് തോന്നി. വൃശ്ചിക മാസത്തെ തണുപ്പ് ഏറി വരികയാണ്. ദൂരെ വയല്ക്കരയിലിരുന്ന് ഏതോ ഒരു ശുനകൻ നിർത്താതെ കുരയ്ക്കുന്നതിന്റെ പ്രതിധ്വനി കേൾക്കാം. ചീവീടുകൾ ഇണയെ ആകർഷിക്കാൻ നടത്തുന്ന ഇടവിടാതെയുള്ള സംഗീതാലാപനം ഇരുട്ടിൽ നിന്നും മാറ്റൊലി കൊള്ളുന്നുണ്ട്. ഭാമി ചേച്ചി അടുക്കളയിൽ സാധനങ്ങൾ എടുത്തു വെയ്ക്കുന്ന തിരക്കിലായിരുന്നു. കുറച്ച് സമയം കഴിഞ്ഞപ്പോൾ അവർ കോലായിലേക്ക് വന്നു. തണുപ്പിൽ മുറ്റത്ത് നില്ക്കുന്ന എന്നോട് കോലായിലേക്ക് കയറി ഇരിക്കാനും പറഞ്ഞു; മഞ്ഞ് ഉണ്ടെന്നും പനി പിടിപ്പിക്കേണ്ടെന്നും അവർ പറഞ്ഞു. അവരുടെ സ്നേഹശാസനയ്ക്ക് മുമ്പിൽ മറുത്തൊന്നും പറയാതെ കോലായിലേക്ക് കയറി, അവിടെയുള്ള ബഞ്ചിൽ ഇരുന്നു.

"ഇന്ന് രാത്രി മുഴുവൻ അന്നോട് വർത്താനം പറഞ്ഞിരിക്കാൻ തോന്നണു "

അവർ എന്റെ മുഖത്ത് നോക്കാതെ മുറ്റത്തേക്ക് നോക്കി പറഞ്ഞു.

'സത്യം പറഞ്ഞാൽ ഞാൻ ഇത്രയ്ക്ക് മനസ്സ് തൊറന്ന് ആരോടുമൊന്നും ഇത് വരെ പറഞ്ഞിട്ടില്ല, ഇങ്ങളോട് എന്തോ ഒരടുപ്പം തോന്നിയപ്പോൾ ല്ലാം പറഞ്ഞു' ഞാനും നിലാവിലേക്ക് നോക്കി മൊഴിഞ്ഞു.

പറയേണ്ടീരുന്നില്യാന്ന് ഇപ്പോ തോന്നണ് ണ്ടോ?" അവർ തിരിഞ്ഞ് എന്നെ നോക്കി ചോദിച്ചു.

"ഇല്യ പറഞ്ഞപ്പോ ന്തോ ഒരാശ്വാസം" ഞാൻ അവരുടെ കണ്ണുകളിലേക്ക് നോക്കിപ്പറഞ്ഞു.

അല്പസമയം ഞങ്ങൾക്കിടയിൽ സംസാരത്തിന്റെ സൂചി നിലച്ചു. മനസ്സിൽ നിന്നും മനസ്സിലേക്ക് ഏതോ ഒരു ചാലകം ബന്ധം സ്ഥാപിക്കുന്നതായി എനിക്ക് തോന്നി.ആ നിശബ്ദതയെ ഭഞ്ജിച്ചു കൊണ്ട് വാസ്വേട്ടന്റെ ശബ്ദം

അപ്പോൾ അകത്ത് നിന്നും മുഴങ്ങി.

വാസ്വേട്ടന് അത്താഴം നല്കാനായി ഭാമി ചേച്ചി അകത്തേയ്ക്ക് കയറിപ്പോയി. ഞാൻ കോലായിൽ വീണ്ടും നിലാവും നോക്കി ഒറ്റക്കിരിക്കാൻ തുടങ്ങി. അവരോട് സംസാരിക്കുമ്പോൾ മനസ്സിന് ഒരു അയവ് ലഭിക്കുന്നുണ്ട്. എല്ലാം മൂളി കേൾക്കുന്ന അവരുടെ സ്വഭാവം കൊണ്ട് തന്നെ മനസ്സിലുള്ളതെല്ലാം പെട്ടെന്ന് പുറത്തെത്തും. ചോദ്യങ്ങളോ കുറ്റപ്പെടുത്തലുകളോ ഉപദേശങ്ങളോ ഇല്ലാത്തതിനാൽ നല്ലൊരു സുഹൃത്തിനെ ലഭിച്ചത് പോലെ തോന്നി. ആൺ പെൺ സൗഹൃദത്തിന്റെ ആഴവും പരപ്പും ഇപ്പോഴാണ് ശരിക്ക് മനസ്സിലാവുന്നത്. ആത്മാർഥ സൗഹൃദങ്ങൾ ഭാഗ്യമാണ്, ദൈവം ഭൂമിയിലേക്കയച്ച മാലാഖമാരാണവർ, വീഴുമ്പോൾ താങ്ങാനും, ഒറ്റപ്പെടുമ്പോൾ കൂടെ നിർത്താനും അവരുണ്ടാകും. അല്പസമയം കഴിഞ്ഞപ്പോഴേക്കും വാസ്വേട്ടൻ പുറത്തേക്ക് വന്നു. "ഒറ്റക്കിരുന്ന് മുഷിഞ്ഞോ?" അയാൾ ചാരുകസേരയിൽ വന്നിരുന്ന് ചോദിച്ചു.

"ഇല്യ, ഉച്ചയ്ക്ക് നന്നായുറങ്ങി, എഴുന്നേറ്റപ്പോളേക്കും സന്ധ്യായി " ഞാൻ മറുപടി നല്കി.

"ഒന്നു രണ്ടാളെ കാണാണ്ടാർന്നു, കാണാനും പറ്റീല സമയോം പോയി, എന്താ പറയാ, ചെലേസങ്ങന്യാ ഒന്നു ങ്ങട് ഒത്തു വരല്ല്യാ,ആ ഇവ്ടെത്തെ ഭക്ഷണൊക്കെ പിടിച്ചോ? "

"ഓ, എല്ലാം നന്നായീനിം" അപ്പോഴേക്കും ഭാമി ചേച്ചിയും കോലായിലെത്തി.

"കേട്ടോ ഭാമീ, അന്റെ പാചകൊക്കെ ഓന് പിടിച്ചീക്ക് "

"ഇങ്ങക്കല്ലേ എപ്പളും കുറ്റം പറച്ചില്, അതീല്ല, ഇതീല്ലാന്നൊക്കെ " ഭാമി ചേച്ചി പരിഭവിച്ച് കൊണ്ട് പറഞ്ഞു. അത്തരത്തിലൊരു മറുപടി പെട്ടെന്ന് പ്രതീക്ഷിക്കാതിരുന്ന വാസ്വേട്ടൻ നിശബ്ദനായി കുറച്ച്

നേരംഇരുന്നു.

"പിന്നേയ് ഞാൻ രാവിലത്തെ ബസ്സിന് പോകും ട്ടോ, എപ്പളാ രാവിലത്തെ ആദ്യ ബസ്സ്?"വാസ്വേട്ടന്റെ പരിഭവം മാറ്റാനെന്നോണം ഞാൻ ചോദിച്ചു.

"അത് പറഞ്ഞപ്പോഴാ ഓർത്തേ, നാളെ യ്യി ഭാനുമതീനെ ഒന്ന് ചെന്ന് കാണണം ട്ടോ ഓക്കന്നോട് എന്തോ പറയാണ്ട്ന്ന് പറഞ്ഞിക്കി, പിന്നെ ഇവട്ന്ന് പോകുന്നത് ഒന്നും ഇപ്പം തീരുമാനമാക്കണ്ടാ, രണ്ടീസം ഇവ്ടെ നിക്ക് ,രവീനെ കാണാനല്ലേ വന്നത്, ഓനെ കണ്ടിട്ട് പോകാം " വാസ്വേട്ടൻ പറഞ്ഞ് നിർത്തിയപ്പോൾ ഭാമി ചേച്ചിയുടെ മുഖത്ത് ഒരസ്വസ്ഥത കളിയാടി.

"ന്തിനാ പിന്നീം ഓളെക്കാണാൻ ഓനോട് പറയുന്നേ?, ആട്ന്ന് കിട്ട്യേതൊന്നും പോരാഞ്ഞ്ട്ടാ?" ഭാമിചേച്ചിയുടെ ചോദ്യത്തിന് ഉത്തരമൊന്നും പറയാതെ വാസ്വേട്ടൻ എണീറ്റു.

"ഇന്നോട് ഓള് പറഞ്ഞത് ഞാമ്പറഞ്ഞു ത്രേള്ളൂ,യ്യി ഓന് ആ പൊതപ്പും വിരീം ഒക്കെ എടുത്ത് കൊടുക്ക്, നല്ല ക്ഷീണം, ഒന്ന് കെടക്കട്ടെ " വാസ്വേട്ടൻ സാവധാനം അകത്തേക്ക് കയറിപ്പോയി.

ഭാമി ചേച്ചിയും അയാൾക്കൊപ്പം അകത്തേക്ക് പോയി, അല്പസമയം കഴിഞ്ഞപ്പോൾ ഒരു പുതപ്പുമായി പുറത്തേക്ക് വന്നു.

"ന്തേ, ഇവ്ടിരുന്ന് നേരം വെളുപ്പിക്കാനാ പരിപാടി "എന്റെ അരികിലായി വന്നു നിന്നു കൊണ്ട് ചോദിച്ചു. തുളസി ഇലയിട്ട് കാച്ചിയ വെളിച്ചെണ്ണയുടെ ഗന്ധം അവരുടെ മുടിയിഴകളിൽ നിന്നും എന്നിലേക്ക് ചേക്കേറി.

''ന്താ ആലോചിക്കണെ, കെടക്കണ്ടേ, നാളെ ഓളെ കാണാൻ പോക്വോ?"

ഭാമി ചേച്ചി സ്വരം താഴ്ത്തി ചോദിച്ചപ്പോൾ, എന്റെ ഹൃദയമിടുപ്പ് വർദ്ധിച്ചു വരുന്നതായി തോന്നി.

"ഓര് ന്തിനാ വിളിക്കണേന്ന് അറീല്ലാലോ?, ഒന്ന് പോയി നോക്കാം ല്ലേ?" ഞാൻ പതിഞ്ഞ സ്വരത്തിൽ അവരോട് പറഞ്ഞു.

"ഇഷ്ടം പോലെ ചെയ്യൂ, സൂക്ഷിച്ചാ മതി, രാത്രി ഇടക്ക് ണീറ്റ് വെള്ളം കുടിക്കണ പതിവ്ണ്ടോ? വേണംച്ചാൽ കുറച്ച് വെള്ളം മോളില് കൊണ്ടോന്ന് വെക്കാം " എന്റെ കാര്യത്തിൽ അവർ എത്ര മാത്രം ശ്രദ്ധിക്കുന്നു എന്ന് ചിന്തിച്ചപ്പോൾ കണ്ണു നിറഞ്ഞു.

"യ്യോ, വേണ്ട അങ്ങിനെള്ള പതിവൊന്നൂല്യ" അവർ തന്ന പുതപ്പുമായി ഞാൻ മാളികപ്പുറത്തേ മുറിയിലേക്ക് കയറുമ്പോൾ താഴെയുള്ള മുറിയിൽ നിന്നും വാസ്വേട്ടന്റെ ഗംഭീരമായ കൂർക്കം വലിയും ഭാമി ചേച്ചി കോലായിലെ വലിയ കതക് വലിച്ചടയ്ക്കുന്ന ശബ്ദവും കേൾക്കാമായിരുന്നു.

5

അധ്യായം അഞ്ച്

രാത്രിയ്ക്ക് പതിവിലും തണുപ്പായിരുന്നു. ഏതോ മരത്തിന്റെ മുകളിലിരുന്ന് ഒരു നത്ത് ഇടവിടാതെ ചിലയ്ക്കുന്നുണ്ട്. ഭാമി ചേച്ചി തന്ന പുതപ്പിനടിയിൽ പാദം മുതൽ ശിരസ്സ് വരെ മൂടി ഞാൻ മലർന്ന് കിടന്നു. അടുക്കളയിൽ പാത്രങ്ങൾ കഴുകുന്നതിന്റെ ശബ്ദം ചാരിയിട്ട കതകിലൂടെ അപ്പോഴും അരിച്ച് വരുന്നുണ്ട്. അവരുടെ ജന്മം ആ അടുക്കളയിൽ ഒതുങ്ങുന്നതോർത്ത് എനിക്ക് പ്രയാസം തോന്നി. ആർക്കൊക്കെയോ വെച്ചുവിളമ്പിയിട്ടും പരിചരിച്ചിട്ടും കുത്തുവാക്കുകൾ കൊണ്ട് നോവിപ്പിക്കപ്പെടുന്ന ജീവിതത്തെ കുറിച്ചോർത്ത് ഞാൻ നെടുവീർപ്പിട്ടു. പുതപ്പിനടിയിലെ ഇളം ചൂടിൽ ഞാൻ അടുക്കളയിലെ ഓരോ പാത്രത്തിന്റെ ശബ്ദവും കാതോർത്തു കിടന്നു. അടുക്കള വാതിൽ അടഞ്ഞ ശബ്ദത്തോടെ അതിനെല്ലാം പരിസമാപ്തിയായതായി ഞാനറിഞ്ഞു. അടുക്കളയിൽ നിന്നും പുറപ്പെട്ട കാലൊച്ച മുകളിലേയ്ക്കുള്ള കോണിയുടെ അടുത്ത് ഇപ്പോൾ എത്തിയിരിക്കുന്നു. ഒരു കാൽ ആദ്യ പടിയിൽ അമരുന്ന ശബ്ദം,എന്റെ സിരകളെല്ലാം ചൂട് പിടിപ്പിക്കുമാറ് ഞാൻ ശരിക്കും ശ്രവിച്ചു .പിന്നെ കനത്ത നിശബ്ദത എങ്ങും തളം കെട്ടി നിന്നു. നിമിഷങ്ങളുടെ ദൈർഘ്യം ആരോ വലിച്ച്

നീട്ടിയത് പോലെ നീണ്ട് കിടക്കുന്നു. ശ്വാസഗതി അപൂർവ്വമാം വിധത്തിൽ വേഗത്തിലായിരിക്കുന്നു. എന്റെ കർണ്ണങ്ങൾ സാകൂതം ഓരോ ശബ്ദത്തെയും സ്ഫുടം ചെയ്ത് കൊണ്ടിരുന്നു. വാസ്വേട്ടന്റെ കൂർക്കം വലി അപ്പോഴും നിർബാധം തുടരുന്നുണ്ട്. എല്ലാം മറന്ന് ഉറങ്ങാൻ കഴിയുന്നത് ഒരനുഗ്രഹമാണ്. അല്പസമയത്തിന് ശേഷം ആ കാൽപ്പെരുമാറ്റം തിരികെ വാസ്വേട്ടൻ കിടക്കുന്ന മുറിയെ ലക്ഷ്യമാക്കുന്നതായി ഞാനറിഞ്ഞു..

കുറെ നേരം ഞാൻ ഉറങ്ങാതെ ഓരോന്ന് ചിന്തിച്ചു കിടന്നു. നാളെ പ്രഭാതത്തിൽ ഭാനുമതിയുടെ വീട്ടിലേക്ക് പോകണം. എന്തിനായിരിക്കും അവൾ എന്നെ കാണണമെന്ന് പറഞ്ഞിട്ടുണ്ടാവുക. ചിലപ്പോൾ ക്ഷമ പറയാനായിരിക്കും. എന്തൊക്കെ പറഞ്ഞാലും,ചെയ്ത് കൂട്ടിയാലും അവസാനം പറയാൻ രസമുള്ള ഒരു വാക്ക്. വേദന മുഴുവൻ ഏറ്റ് വാങ്ങിയവർക്ക് അത് കൊണ്ട് എന്ത് പ്രയോജനമാണ് ഉണ്ടാവുന്നത്. തെറ്റ് ചെയ്തവർക്ക് മനസ്സമാധാനമുണ്ടാവാൻ അവരത് ചികഞ്ഞെടുക്കുന്നു എന്ന് മാത്രം. അല്ലെങ്കിൽ ഈ തെറ്റും ശരിയുമെല്ലാം തികച്ചും ആപേക്ഷികമല്ലേ?, ഒരാളുടെ തെറ്റ് മറ്റൊരാൾക്ക് ശരിയാവാം, മറ്റൊരാളുടെ ശരി വേറൊരാൾക്ക് തെറ്റുമാവാം. ഓരോരുത്തർ അവരവരുടെ കാഴ്ചപ്പാടിനനുസരിച്ച് വിധിക്കുന്നു,ന്യായം കണ്ടെത്തുന്നു, കുറ്റപ്പെടുത്തുന്നു. അല്ലാതെ ഒരു പരമമായ തെറ്റും ശരിയും ആർക്കെങ്കിലും വേർതിരിച്ചറിയാൻ കഴിയുമോ? മനസ്സ് നിറയെ ചിന്തകൾ തലങ്ങും വിലങ്ങും പാറയിടുക്കിലെ നരിച്ചീറുകളെപ്പോലെ പറന്നു നടന്നു. ഒടുവിൽ രാത്രിയുടെ ഒരു പ്രത്യേക നിമിഷാർദ്ധത്തിൽ ഞാൻ മയക്കത്തിലേക്ക് വഴുതി വീണു.

പാൽക്കാരന്റെ സൈക്കിൾ മണിയടി ശബ്ദമാണ് എന്നെ ഉണർത്തിയത്. അപ്പോഴേക്കും മേശയ്ക്കു മുകളിൽ ആവി

പറക്കുന്ന കട്ടൻ കാപ്പി എന്നെയും നോക്കിയിരിപ്പുണ്ട്. ഏലക്കായും, വറുത്ത കാപ്പിക്കുരുവും ജീരകവും പൊടിച്ച് ചേർത്ത ആ ദ്രാവകം കണ്ഠനാളത്തിലൂടെ ഇറങ്ങിയപ്പോൾ ഉണ്ടായ അനുഭൂതി ഒന്നു വേറെ തന്നെയായിരുന്നു. ഭാമി ചേച്ചിയുടെ കൈപ്പുണ്യം സമസ്ത മേഖലകളിലും നിറഞ്ഞ് നില്ക്കുന്നതായി തോന്നി. കോലായിൽ പത്രവായനയിൽ മുഴുകിയിരിക്കുന്ന വാസ്വേട്ടൻ കറുത്ത തടിച്ച ഫ്രയിം ഉള്ള കണ്ണടയുടെ മുകളിലൂടെ എന്നെ നോക്കി ചോദിച്ചു.

"ഉറക്കം ശരിയായോ?"

"ഉം, നന്നായുറങ്ങി "

അപ്പോഴേക്കും ഭാമി ചേച്ചി കുറച്ച് ഉമിക്കരിയും ഒരു ചെറിയ ഈർക്കിലും എന്റെ കൈവെള്ളയിൽ വെച്ചു തന്നതിന് ശേഷം അടുക്കളയിലേക്കോടി മറഞ്ഞു.

പ്രഭാതകൃത്യങ്ങൾ കഴിഞ്ഞതിന് ശേഷം, ഭാമി ചേച്ചിയുടെ കരവിരുതിനാൽ അനുഗ്രഹീതമായ വെള്ളേപ്പവും മുട്ടക്കറിയും വേണ്ടുവോളം ഞാൻ അകത്താക്കി. വാസ്വേട്ടന്റെ ഒരു അലക്കിത്തേച്ച നീലക്കരയുള്ള ഡബിൾ മുണ്ടും ലംബമായി കറുത്ത വരകളുള്ള ചാരനിറമാർന്ന ഒരു മുഴുനീള കൈയ്യൻ ഷർട്ടുമണിഞ്ഞ് ഭാനുമതിയുടെ വീടിനെ ലക്ഷ്യമാക്കി ഞാൻ നടന്നു.

പൊതുവെ മുണ്ട് ഉടുക്കൽ എന്ന കലാപരിപാടിയിൽ താല്പര്യമില്ലാത്ത എന്നോട് ആ ഡബിൾ മുണ്ട് ഇടക്കിടെ അനുസരണക്കേട് കാട്ടിക്കൊണ്ടിരുന്നു. ആ യാത്രയിൽ പലവട്ടം ഞാൻ അതിനെ അഴിച്ച് ഉടുത്തെങ്കിലും എന്റെ ആത്മവിശ്വാസത്തിന്റെ തലക്കൽ കോടാലി വെച്ച് കൊണ്ട് അതെന്നെ ചുറ്റിച്ചുകൊണ്ടിരുന്നു. ഇടവഴിയിലൂടെ മുന്നോട്ട് നീങ്ങുമ്പോഴാണ് പിറകിൽ നിന്നും ഒരാൾ ‘ബൗ’ എന്നൊരു ശബ്ദമുണ്ടാക്കി എന്നെ പേടിപ്പിക്കാൻ ശ്രമിച്ചത്. ഇതാരടാ എന്ന മട്ടിൽ ഞാൻ തിരിഞ്ഞ് നോക്കിയപ്പോൾ

ചായക്കടയിലെ പാൽക്കാരി പെണ്ണ് ചിരിച്ച് കൊണ്ട് "പേടിപ്പിച്ചേ "എന്നും പറഞ്ഞ് എന്നെ മറികടന്ന് ഓടി, അല്പം മുന്നിലായി പോയി നിന്നു കിതച്ചു.

"അപ്പം ഇയ്യാള് പോയില്ലേ?"

ഞാൻ മറുപടിയൊന്നും പറയാതെ ഒന്നു മന്ദഹസിച്ച ശേഷം മുന്നോട്ട് വേഗത്തിൽ നടന്നു.

ഭാനുമതിയുടെ വീട്ടിലേക്ക് ഞാൻ ചെന്നു കയറുമ്പോൾ മുറ്റത്ത് വലത് മൂലയിലായി കെട്ടിയിരുന്ന ഒരു ചെമ്പനാടിന്റെ പാല് കറക്കുകയായിരുന്നു അവൾ. എന്നെ കണ്ടപ്പോൾ വേഗത്തിൽ ആ ഉദ്യമത്തിൽ നിന്നും പിൻമാറിയ ശേഷം ഏറെക്കാലം പരിചയമുള്ള ഒരാളോട് പെരുമാറുന്ന രീതിയിൽ അവൾ എന്നെ വീട്ടിലേക്ക് വിളിച്ച് സ്വീകരിച്ചിരുത്തി. അടുക്കളയിലേക്ക് പോയ അവൾ മടങ്ങി വന്നത് ഒരു ഗ്ലാസ് നിറയെ ആട്ടിൻ പാൽ ഒഴിച്ച നല്ല ഒന്നാം തരം ചായയും അവിടെത്തന്നെ ഉണ്ടാക്കിയ നന്നായി മൊരിഞ്ഞ നാലഞ്ച് കുഴലപ്പവുമായാണ്. പ്രാതൽ നന്നായി അടിച്ചു വിട്ട എന്നെ സംബന്ധിച്ചിടത്തോളം അതൊരധികപ്പറ്റാണെങ്കിലും, എന്റെ കൊതി മസ്തിഷ്ക്കത്തിനോട് അനുസരണക്കേട് കാട്ടുകയും കൈ പതിയെ അവയ്ക്കരികിലേക്ക് നീളുകയും ചെയ്തു. സ്വാദ് കാരണം നിയന്ത്രണങ്ങൾ എല്ലാം ഉല്ലംഘിച്ച് ജാള്യത ഒട്ടുമില്ലാതെ അതിനെല്ലാം ഞാൻ പരിസമാപ്തി കുറിച്ചു.

തീറ്റ കഴിഞ്ഞപ്പോഴാണ് വന്ന കാര്യത്തെക്കുറിച്ച് ഓർത്തത്."ഭാനുമതിക്ക് ന്നെ കാണണം ന്ന് പറഞ്ഞതായി വാസ്വേട്ടൻ പറഞ്ഞിട്ടാ വന്നേ " ഞാൻ ചായ കുടിച്ച ഗ്ലാസ് പതിയെ ടീപോയിൽ വെച്ച് പറഞ്ഞു.

"ഉം, ഞാനിങ്ങളെ കാണണം ന്ന് പറഞ്ഞത് സത്യാണ്. പക്ഷേ അത് ങ്ങള് കരുതുമ്പോലെ മാപ്പ് പറയാനോ, ക്ഷമ ചോദിക്കാനോന്നുമല്ല, എസ് ഐ ങ്ങളടുത്തൂന്ന് ഒരായിരം റുപ്പിക ഇനിക്ക് തന്നീനി അത് തിരിച്ച് തരാനാ " അതും

പറഞ്ഞ് അവൾ മുണ്ടിന്റെ കോന്തലയ്ക്കൽ നിന്നും ഒരായിരം രൂപയെടുത്ത് എന്റെ നേർക്ക് നീട്ടി. ഞാൻ ആകപ്പാടെ ഒരു വിഷമസന്ധിയിലായി. പണം വാങ്ങാതെ മടിച്ച് നിന്ന എന്നോട് അവൾ പറഞ്ഞു തുടങ്ങി...

"നാഗത്താന്മാര് സത്യള്ളോരാ, ഓല് ന്നോട് പറഞ്ഞ് ങ്ങക്ക് പൈസ തിരിച്ച് തരാൻ, ഇത് ങ്ങള് വാങ്ങണം, ന്നാലേ ന്റെ മുട്ടേം പാലും ഓല് സ്വീകരിക്കൂ "

ഒരെത്തും പിടിയും കിട്ടാതെ ഞാൻ പഞ്ചസാര പാത്രത്തിൽ അകപ്പെട്ട ഉറുമ്പിനെപ്പോലെ രക്ഷപ്പെടാൻ പഴുതുകൾ കാണാതെ ഉഴന്നു.

"ന്നെ ആരും മനസ്സിലാക്കീട്ടില്ല, രവ്യേട്ടനും ആങ്ങളമാരും ആരും ന്നെ.. "അവൾ വിങ്ങിപ്പൊട്ടിക്കരയാൻ തുടങ്ങി.

അത് കൂടിയായപ്പോൾ എന്റെ തല മൊത്തത്തിൽ ഭൂമിയെ വലം വെച്ച് സഞ്ചരിക്കുകയാണെന്ന ഒരു അവസ്ഥയിലായി. അവളെ എങ്ങിനെ ആശ്വസിപ്പിക്കണമെന്നറിയാതെ ഞാൻ കസേരയിൽ നിന്നുമെഴുന്നേറ്റു. നീട്ടിപ്പിടിച്ച പണവുമായി നില്ക്കുന്ന അവളുടെ കൈയ്യിൽ നിന്നും പൈസ വാങ്ങിയില്ലെങ്കിൽ സ്ഥിതിഗതികൾ കൈവിട്ട് പോകുമെന്ന് തിരിച്ചറിഞ്ഞ ഞാൻ ആ പണം പെട്ടെന്ന് വാങ്ങി, പോക്കറ്റിൽ നിക്ഷേപിച്ചു,വേഗത്തിൽ പുറത്തേക്കിറങ്ങി. എന്റെ കാലുകൾക്ക് കുതിരശക്തി ലഭിച്ച പോലെ അത് മുന്നോട്ട് കുതിക്കുമ്പോൾ പിറകിൽ നിന്നും അവളുടെ ശബ്ദമുയർന്നു.

"നില്ക്കൂ "എന്റെ കുതിപ്പ് ആ ഒറ്റ വിളിയിൽ നങ്കൂരമിട്ടു നിന്നു.

"ങ്ങള് രവ്യേട്ടനെ ഇവ്ടെ അന്വേഷിച്ച് വന്നതെന്തിനാ?" ആ സാഹചര്യത്തിൽ അത്തരമൊരു ചോദ്യം എന്റെ മുൻവിധി നിഘണ്ടുവിൽ അപ്പോൾ ഇല്ലാത്തതിനാൽ ഞാനൊന്നു പകച്ചുവെങ്കിലും ധൈര്യം സംഭരിച്ച് പറഞ്ഞു.

"ഓനെ അറിയൂ മൃണാളിനി ഏടെടെണ്ടേന്ന്, അതറിയാനാ ഞാനിക്കണ്ട പാടെല്ലാം പെട്ടത് " ഞാൻ പറഞ്ഞത് കേൾക്കേണ്ട താമസം അവൾ അകത്തേക്ക് ഒന്നും മിണ്ടാതെ വേഗത്തിൽ കയറിപ്പോയി. എന്ത് ചെയ്യണമെന്നറിയാതെ ഞാൻ മുറ്റത്ത് നിന്നപ്പോൾ ചങ്ങലയിൽ കിടന്ന ചാവാളിപ്പട്ടി എന്നെ നോക്കി പരിചയ ഭാവത്തിൽ വാലാട്ടി.

ഇനിയും അവിടെ നിന്നാൽ മുമ്പ് ഉണ്ടായതിനേക്കാൾ വലിയ അനിഷ്ട സംഭവങ്ങൾക്ക് സാധ്യതയുണ്ട് എന്ന ശങ്ക മനസ്സിനെ അലട്ടിയപ്പോൾ, വേഗത്തിൽ റോഡിനെ ലക്ഷ്യമാക്കി നടന്നു. നഷ്ടപ്പെട്ട പണമെല്ലാം തിരിച്ചു കിട്ടിയതിൽ സന്തോഷം തോന്നിയെങ്കിലും, ഭാനുമതിയുടെ പക്കൽ നിന്നും അത് വാങ്ങിയതിൽ മനസ്സിലെവിടെയോ ഒരു നൊമ്പരം തോന്നി. എത്രയും വേഗം ഈ നാട് വിടണം, മൃണാളിനിയെ കണ്ടെത്താനുള്ള ശ്രമം തുടരണമെങ്കിൽ ഇവിടെ കിടന്ന് കയറിൽ കെട്ടിയ പശുവിനെപ്പോലെ തിരിഞ്ഞ് കളിച്ചിട്ട് കാര്യമില്ല. ഇപ്പോഴും മനസ്സിലാകാത്ത പ്രധാന പ്രശ്നം, മൃണാളിനിയുടെ പേര് കേട്ടപ്പോൾ എന്തിനാണ് ഭാനുമതി കൂടുതലൊന്നും സംസാരിക്കാതെ അകത്തേക്ക് കയറിപ്പോയത്?, അപ്പോൾ അവൾക്ക് എന്തൊക്കെയോ ചിലത് അറിമാമെന്നല്ലേ അതിനർത്ഥം! ഒന്നു കൂടി നിർബന്ധിച്ചു ചോദിച്ചിരുന്നുവെങ്കിൽ ഒരു പക്ഷേ കാര്യങ്ങൾ അവൾ തുറന്ന് പറഞ്ഞേനെ, അപ്പോൾ ഭയം എന്നെ കീഴടക്കിയത് ആണ് പ്രശ്നമായത്. ഭയം മനസ്സിലില്ലെങ്കിൽ ആരോടും സംസാരിക്കാം, ഇടപഴകാം, ഒന്നിച്ച് യാത്ര ചെയ്യാം, ഒരുമിച്ച് ഭക്ഷണം കഴിക്കാം വേണമെങ്കിൽ ഒരുമിച്ച് കിടക്കുക വരെ ചെയ്യാം, പക്ഷേ ഭയം എല്ലാറ്റിനെയും ഓടിച്ച് കളയുന്ന വേട്ടപ്പട്ടിയാണ്, അതിനെ എത്രമാത്രം ഭയപ്പെടുന്നുവോ അത്രയും ക്രൗര്യത്തോടെ അത് നമുക്ക് പിന്നാലെ കുതിച്ച് കൊണ്ടിരിക്കും. എപ്പോഴാണോ

അതിനെ എതിരിടാൻ തിരിഞ്ഞ് നില്ക്കുന്നത് ആ നിമിഷം മുതൽ അത് നമുക്ക് മുമ്പിലായി ഓട്ടം തുടങ്ങിയിട്ടുണ്ടാവും. അല്ലെങ്കിലും ഞാനെന്തിന് ഭയപ്പെടണം. ചിന്തകൾ എന്നിലേക്ക് ധൈര്യത്തിന്റെ ഊർജ്ജ പ്രവാഹമായ് മാറിയപ്പോൾ ഞാൻ തിരിഞ്ഞ് ഭാനുമതിയുടെ വീട്ടിലേക്ക് നടക്കാൻ തുടങ്ങി.

വീടിന്റെ പൂമുഖത്ത് ഉറച്ച കാലടി കളോടെ ചെന്ന് നിന്ന് ഞാൻ ധൈര്യസമേതം അവളെ വിളിച്ചു.

"ഭാനൂ ...ഭാനൂ...ഭാനൂ... "

അവൾ അകത്ത് നിന്നും പതിയെ പുറത്തേക്ക് വന്നു. ഇപ്പോഴാണ് ഞാൻ ശരിക്കും അവളെ കാണുന്നത്. മനോഹരമായി കണ്ണുകൾ എഴുതിയ അവൾ എങ്ങോട്ടോ പോകാനായി സാരിയും ചുറ്റിയാണ് നില്ക്കുന്നത്. എന്നെ കണ്ടപ്പോൾ അവൾ മന്ദഹസിച്ചു കൊണ്ട് ചോദിച്ചു.

"എന്തേയ് ങ്ങള് പോയിട്ട് തിരിച്ച് വന്നോ?"

"ഉം "ഞാൻ അവളെ നോക്കി മൂളി.

"നന്നായി ഞാൻ ചന്തേലേക്ക് ഇറങ്ങാൻ പോക്വാർന്നു, ഇനി ങ്ങള് പോയാലും മതി ദാ ഷീട്ട് " അവൾ എന്തൊക്കെയോ സാധനങ്ങളുടെ പേരുകൾ എഴുതിയ ലിസ്റ്റ് എന്റെ നേർക്ക് നീട്ടി. ആദ്യം ഒന്നുമടിച്ചെങ്കിലും, അപ്പോൾ തന്നെ ധൈര്യസമേതം ഞാനത് ഏറ്റ് വാങ്ങി, നടക്കവെ അവൾ പിറകിൽ നിന്നും വിളിച്ച് പറഞ്ഞു.

"പിന്നെ നല്ല വല്യ മീൻ എന്തേലും ഉണ്ടെങ്കി വാങ്ങിക്കോളൂ, കുടംപുളിയിട്ട് വെക്കാം "

ഞാൻ മാർക്കറ്റിനെ ലക്ഷ്യമാക്കി നടന്നു. ആരൊക്കെയോ എന്നെ ശ്രദ്ധിക്കുന്നോ എന്നൊരു തോന്നൽ മനസ്സിൽ നീരാളിപ്പിടുത്തം പോലെ മുറുകിക്കിടന്നു. ആദ്യം പോയത് പലചരക്ക് കടയിലേക്കാണ്, അരി മുതൽ ഉപ്പു വരെ നീണ്ട് കിടക്കുന്ന ആ ചീട്ട് കണ്ട കടക്കാരൻ എന്നെ നോക്കി

അയാളുടെ വെറ്റിലക്കറ പുരണ്ട മോണകാട്ടി ഇളിച്ച് കൊണ്ട് ചോദിച്ചു.

"ഈടെ പുത്യേ ആളാണല്ലേ?"

അയാൾ കഥകളൊന്നും അറിയാത്തതിൽ ഒരു സമാധാനം തോന്നി.

"അതെ "

"ഇത് ഞാമ്പെട്ടെന്ന് എടുത്ത് വെക്കാം, ഇങ്ങക്ക് പച്ചക്കറി എന്തേലും വേണം ച്ചാൽ ആട്ന്ന് വാങ്ങിക്കോളീ, ന്റെ ചെക്കന്റെ പീട്യാ, പത്ത് കയിഞ്ഞപ്പോ ഞാൻ തൊടങ്ങിക്കൊടുത്തതാ" അയാൾ വിപരീത ദിശയിലെ ചെറിയ കടയിലേക്ക് ചൂണ്ടിക്കാട്ടി പറഞ്ഞു.

ചെക്കന്റെ കടയിലെ കുറച്ച് പച്ചക്കറി സാധനങ്ങളും വാങ്ങി, നേരെ പോയത് മീൻ മാർക്കറ്റിലേക്കാണ്. സാമാന്യം വലിപ്പമുള്ള രണ്ട് കറുത്ത ആകോലിയും വാങ്ങി, പലചരക്ക് കടയിൽ ഞാൻ തിരിച്ചെത്തിയപ്പോഴേക്കും രണ്ടു മൂന്നാളുകൾ അവിടെയുണ്ടായിരുന്നു. അതിലൊരുവനെ ചായക്കടയിൽ വെച്ച് കണ്ടിരുന്നു. എന്നെ കണ്ടപ്പോൾ കടക്കാരൻ കെട്ടിവെച്ച സാധനങ്ങൾ എല്ലാം എടുത്ത് ഒരു സഞ്ചിയിലാക്കി തന്നു. അയാൾക്ക് പണവും നല്കി ഞാൻ തിരിച്ച് നടക്കവേ, പിറകിൽ നിന്നും ഒരുത്തൻ ഒന്നിരുത്തി മൂളിക്കൊണ്ട് പറഞ്ഞു. "വരത്തന്മാരൊക്കെ ഇവ്ടെ പൊറുതീം തൊടങ്ങ്യോ?"

ഇടപെട്ടാൽ രംഗം വഷളാകുമെന്നറിയുന്നതിനാൽ അതിനെ അവഗണിച്ച് കൊണ്ട് മുന്നോട്ട് നടന്നു. സാധനങ്ങളും താങ്ങി പിടിച്ച് ഭാനുമതിയുടെ വീട്ടിലേക്ക് കയറി ചെല്ലുമ്പോൾ അവളുടെ രണ്ടാങ്ങളമാർ കോലായിൽ ഉണ്ടായിരുന്നു. എന്നെ കണ്ടപാടെ അതിലൊരാൾ ചാടി എഴുന്നേറ്റു."നായിന്റെ മോനെ, അനക്ക് കിട്ടീതൊന്നും പോരല്ലേ?" അയാൾ എന്നെ തല്ലാനായി ഓടിയടുത്തപ്പോൾ

മറ്റെ ആങ്ങള തടഞ്ഞു കൊണ്ട് എന്നോട് ചോദിച്ചു.

''ന്താടാ യ്യിവ്ടെ വെപ്പും കുടീം തൊടങ്ങ്യോ?"

അപ്പോഴേക്കും അടുക്കളയിൽ നിന്നും കോലായിലേക്ക് ഓടി വന്ന ഭാനുമതി ആങ്ങളമാരെ തടഞ്ഞു.

"ഓലെ ഞാമ്പറഞ്ഞയച്ചതാ, ഈടെ അടുപ്പ് പൊകയുന്നോന്ന് നോക്കാത്ത ഇങ്ങള് ഇപ്പം ഇതിലെടപേടേണ്ട"

അവൾ നല്ല ഉച്ചത്തിൽ അവരോട് പറഞ്ഞപ്പോൾ രണ്ടു പേരും ഒന്നും പറയാതെ ഇറങ്ങിപ്പോയി.

"ഇങ്ങള് ഇതൊന്നും കാര്യാക്കേണ്ട, വരീ, ഞാൻ വേഗം ചോറും കൂട്ടാനുമാക്കാം, ഇവ്ടെ ഇരിക്കീ "

അവൾ ഒരു കൊട്ടക്കസേര എന്റെ അടുത്തേക്ക് നീക്കിയിട്ടതിന് ശേഷം സാധനങ്ങൾ ഒക്കെ എന്റെയടുത്ത് നിന്നും വാങ്ങി അകത്തേക്ക് പോയി.

ഞാൻ നടന്ന ക്ഷീണത്താലും,അതിലേറെ അവളുടെ ആങ്ങളമാരെ കണ്ടപ്പോൾ ഉണ്ടായ ഭാരിച്ച ക്ഷീണത്താലും അവിടെയിരുന്ന് ഒന്ന് മയങ്ങിപ്പോയി.

ആ കോലായിലെ കസേരയിൽ ചാഞ്ഞ് ഇരുന്ന്, കൺപോളകളിൽ ഊഞ്ഞാല് കെട്ടുന്ന ഉറക്കത്തിന്റെ ആദ്യ പടിയിലെ മാസ്മരിക ബിന്ദുവിൽ നിന്നും പതിയെ മുന്നോട്ട് പോയ്ക്കൊണ്ടിരുന്നു. ആരൊക്കെയോ തലയ്ക്കകത്ത് സംസാരിച്ചുകൊണ്ടിരുന്നു. കൃത്യമായ ഉത്തരങ്ങളോ ചോദ്യങ്ങളോ ഇല്ലാതെ സംശയങ്ങളുടെ വേലിപ്പടർപ്പുകളിൽ അള്ളിപ്പിടിച്ചിരിക്കുന്ന ചിന്തകൾ... ഓർമ്മകളുടെ അരുവികൾ പല ദിക്കുകളിലൂടെ സഞ്ചരിച്ച് അനുഭവങ്ങളും അനുഭൂതികളും ഏറ്റ് വാങ്ങി, മഹാസമുദ്രത്തെ ലക്ഷ്യമാക്കി നീങ്ങിക്കൊണ്ടിരുന്നു. ഇടയ്ക്ക് അച്ചരന്റെ പരിക്ഷീണമായ മുഖം ഒരു മന്ദഹാസത്തിന്റെ കയ്യൊപ്പോടെ എന്നെ തലോടിയെത്തി, അച്ചരന്റെ സൈക്കിളിനു പിറകിലിരുന്ന്

കാഴ്ചകളും കഥകളും കേട്ട്, തീരാത്ത സംശയങ്ങളുടെ മാറാപ്പ് മുന്നിൽ കുടഞ്ഞിട്ട്, എല്ലാറ്റിനും ഒറ്റമൂലിയുമായി അച്ഛനെത്തുമെന്ന പ്രതീക്ഷയുമായി ഓടിപ്പോയ കുട്ടിക്കാലവും അപ്പോഴെന്റെയുള്ളിൽ വിരുന്നുകാരനായെത്തി.

അവ്യക്ത രൂപങ്ങൾ ഓരോന്നായി ചമയങ്ങൾ അഴിച്ച്, ആടാൻ, തുടങ്ങിയപ്പോൾ പരിചിതമുഖങ്ങളെ എന്റെ കണ്ണുകൾ തേടിക്കൊണ്ടിരുന്നു. ഒടുവിൽ ആരെയും കാണാതെ സ്വയം പോലും കാണാൻ കഴിയാതെ പ്രതിബിംബം വെറും നിഴലുകളാണെന്ന് ബോധ്യപ്പെട്ടപ്പോഴും, ഈ ഓട്ടം പാഴായിരുന്നോ എന്ന് മനസ്സിന്റെ കോണിലെവിടെയോ ഇരുന്ന് ഒരു ഗൗളി സംശയത്തോടെ ചിലച്ചു. ശ്വാസത്തിന്റെ ഗതിവിഗതികൾക്കിടയിൽ വീണ് കിട്ടുന്ന ഓർമ്മകളുടെ മങ്ങിയ കുട്ടിയുടുപ്പുകൾ ആരൊക്കെയോ എന്നിൽ നിന്നും അപഹരിച്ചതായി തിരിച്ചറിഞ്ഞു. ജരാനരകൾ ബാധിക്കാത്ത മനസ്സ് അന്വേഷിച്ച് നടന്ന് ഒടുവിൽ സ്വന്തം മനസ്സ് കൈമോശം വന്നെന്ന് കണ്ടെത്തിയപ്പോഴേക്കും യവനിക വീണ് കഴിഞ്ഞിരുന്നു. ചെമപ്പ് നിറമുള്ള നരച്ച ആ കർട്ടനു മുന്നിൽ കണ്ണും തിരുമ്മിയിരിക്കുന്ന കൊച്ചു കുട്ടി ആരായിരുന്നു?, ഓർമ്മകൾക്ക് ബലികർമ്മം നടത്തിക്കൊണ്ട്,ഞാൻ അവ്യക്ത ചിന്തകളുടെ പറുദീസയായ മയക്കത്തിൽ നിന്നും മോചിതനായത് ആ ശ്വാനന്റെ അനവസരത്തിലുള്ള മോങ്ങലും തേങ്ങലും ചെവിയിൽ പതിച്ചപ്പോഴാണ്.

ഭാനുമതി ചോറും കറികളുമെല്ലാം മേശപ്പുറത്ത് അപ്പോഴേക്കും നിരത്തിക്കഴിഞ്ഞിരുന്നു. അവൾ എന്റെ അടുത്ത് നിന്ന് സ്നേഹത്തോടെ എല്ലാം വിളമ്പി തന്നു. പാചക കലയിൽ അവൾ വിദഗ്ധയാണെന്ന് എല്ലാ

രുചിക്കൂട്ടുകളും സാക്ഷ്യപ്പെടുത്തി. എന്നാലും കുടംപുളിയിട്ട് വറ്റിച്ചെടുത്ത ആകോലിക്കറിക്കായിരുന്നു ഞാൻ ഒന്നാം സ്ഥാനം നല്കിയത്. അവൾ കഴിക്കുന്നതിന് മുമ്പെ ചങ്ങലയിൽ കിടക്കുന്ന ആ സാധു മൃഗത്തിന് ഒരു പാത്രം നിറയെ ഭക്ഷണം നല്കിയപ്പോൾ അത് സന്തോഷ സൂചകമായി വാലാട്ടി നിന്നു.

"ഇതിനെ സ്നേഹിച്ചാ, തിരിച്ച് തരും, മനുഷ്യന്മാരെപ്പോലെയല്ല " അവൾ അതിനെ നോക്കി പറഞ്ഞപ്പോൾ, തിരസ്ക്കരണത്തിന്റെ വേദന ആ വാക്കുകളിൽ നോവായ് കിടന്നത് ഞാനറിഞ്ഞു. മൃഷ്ടാന്ന ഭോജനത്തിന് ശേഷം കസേരയിൽ വന്നിരുന്ന് ഒരു പത്രത്തിന്റെ താളെടുത്ത് ഞാൻ പതിയെ വീശുമ്പോൾ അവൾ അടുക്കളയിലിരുന്ന് ഊണ് കഴിക്കുകയായിരുന്നു.

ചുവരിൽ രവിയുടെയും ഭാനുമതിയുടെയും ബ്ലാക്ക് ആന്റ് വൈറ്റ് ഫോട്ടോ ചില്ലിട്ട് തൂക്കിയത് മാറാല പിടിച്ച് കിടക്കുന്നുണ്ട്. ഒരു മൂലയിൽ ഏതാനും കല്യാണക്കത്തുകൾ കമ്പിയിൽ കോർത്ത് തൂക്കിയിട്ടിട്ടുണ്ട്. എന്നാലും ഈ രവി എങ്ങോട്ടാ പോയത്? എല്ലാം വിശദമായി ഭാനുവിനോട് ചോദിക്കാം എന്ന് തീർച്ചപ്പെടുത്തിയ ഞാൻ സമയത്തെയും കൊറിച്ച് കൊണ്ട് ചാരിക്കിടന്നു.

ഭാനുമതി ഊണും കഴിഞ്ഞ് കോലായിലേക്ക് വന്നു."ഇനി ഇങ്ങള് പോയ്ക്കോളി,ആളോള് വെറ്തെ ഓരോന്ന് പറയണ്ട " അവൾ സങ്കോചത്തോടെ പറഞ്ഞു. ഞാൻ കസേരയിൽ നിന്നുമെഴുന്നേറ്റു.

"അനക്ക് രവി ഏട്യാ ഉള്ളേന്ന് അറിയാങ്കി പറ, ഓനറിയാം മൃണാളിനി എവ്ട്യാന്ന് " എന്റെ ശബ്ദത്തിന് പതിവിലും ഗൗരവം ഉണ്ടായിരുന്നു. അസ്വസ്ഥത നിറയുന്ന മനസ്സിൽ നിന്നും ശാന്തസ്വരം കൈമോശം വന്നു കഴിഞ്ഞിരുന്നു.

അവളുടെ കണ്ണുകളിൽ നനവ് പടരുന്നത് ഞാനറിഞ്ഞു. നിസ്സഹായത തുളുമ്പുന്ന ആ നോട്ടത്തിൽ നിന്നും ഉത്തരം പ്രതീക്ഷിക്കേണ്ടെന്ന് മനസ്സ് പറഞ്ഞു. ചില നേരങ്ങളിൽ മനുഷ്യ മനസ്സ് ശൂന്യമാകും, ഉത്തരങ്ങളോ ചോദ്യങ്ങളൊ ഒന്നും തന്നെ അവിടെ യാതൊരു വിളവും ഉത്പാദിപ്പിക്കുകയില്ല. തരിശ് നിലം പോലെ വരണ്ട് വിണ്ട് കീറി, ഉർവ്വരതയുടെ ഒരു കണിക പോലുമില്ലാതെ അത് നരച്ച ചിത്രം പോലെ കിടക്കും. ഭാനുമതിയുടെ ഘനീഭവിച്ച നിശബ്ദത അന്തരീക്ഷമാകെ തളം കെട്ടി നിന്നു. ഒന്നും മിണ്ടാതെ ഞാനും വിദൂരതയിലേക്ക് മിഴികളെ പറത്തി വിട്ട്, കുറെ നേരം നിന്നു. മനസ്സ് ഒരു വെള്ള ക്യാൻവാസ് പോലെ നിർമ്മലമായിരിക്കുന്നു. ആരെങ്കിലും അതിൽ നിറയെ വ്യത്യസ്ത വർണ്ണങ്ങൾ ചാലിച്ച് മനോഹര ചിത്രങ്ങൾ വരച്ച് ചേർക്കാൻ വെറുതെ മോഹിച്ചു. വെയിലിന്റെ കാഠിന്യം കുറഞ്ഞ് തുടങ്ങിയിരിക്കുന്നു. നിഴലുകൾ ചരിവിന്റെ ഓരം പറ്റാൻ തയ്യാറെടുത്തു കഴിഞ്ഞു. ഇനിയും കൂടുതൽ പരുഷമായി ചോദ്യങ്ങൾ തൊടുക്കുന്നത് അവിവേകമാണെന്ന് ഉൾവിളി ഉയർന്നപ്പോൾ ഞാൻ ആ വീട്ടിൽ നിന്നും ഒന്നുമുരിയാടാതെ പുറത്തേക്കിറങ്ങാനായി ഒരുങ്ങിക്കൊണ്ട് അവളോട് പറഞ്ഞു.

''ഞാൻ വേദനിപ്പിച്ചെങ്കിൽ ക്ഷമിക്കൂ, ശരി, ഞാനിറങ്ങട്ടെ "

"മൃണാളിനിയെ കാണാൻ നിങ്ങക്ക് കഴിയട്ടെയെന്ന് ഞാൻ നാഗത്താന്മാരോട് പ്രാർത്ഥിക്കാം" അവൾ കണ്ണുകൾ തുടച്ച് കൊണ്ട് പറഞ്ഞപ്പോൾ ഞാൻ നിസംഗതയോടെ അവിടെ നിന്നുമിറങ്ങി. ചിലപ്പോൾ എന്തൊക്കെയോ അവൾക്കറിയാമായിരിക്കും, സത്യങ്ങൾ എല്ലാം വെളിപ്പെടുത്താൻ എല്ലാവർക്കും കഴിയണമെന്നില്ലല്ലോ! അതൊരു മേഘക്കീറുപോലെ ലളിതവും

സുതാര്യവുമാണെങ്കിലും മിന്നൽപ്പിണർ പോലെ ഗഹനവും സങ്കീർണ്ണവുമായ രീതിയിൽ മനസ്സ് അതിനെ പൊതിഞ്ഞെടുക്കുന്നു. അതിന്റെ തീവ്ര പ്രകാശം ഒരേ സമയം ഭയവും കാഴ്ചയും സമ്മാനിക്കുന്നു. വെളിപ്പെടുത്താത്ത സത്യങ്ങൾ ചാപിള്ള പോലെ നൊമ്പരപ്പെടുത്തുന്നവയാണ്...

അന്വേഷണത്തിന് തിരശ്ശീല വീഴാം. ചിലപ്പോൾ അവൾ എന്റെ മുന്നിൽ എവിടെ നിന്നോ വന്ന് കേറാം. അല്ലെങ്കിൽ വഴിത്താരയിൽ എന്നെയും കാത്തിരിക്കുന്ന കറുത്ത സഹയാത്രികന്റെ ഒപ്പം ചേർന്ന് പുതിയ യാത്രയ്ക്ക് തുടക്കം കുറിക്കുമ്പോഴും ഇതിന് വിരാമമാവാം. എന്തായാലും കാത്തിരിപ്പ് തന്നെ ശരണം എന്ന് മനസ്സിൽ ഉറപ്പിച്ചു കൊണ്ട് ഞാൻ കവലയിലേക്ക് നടന്നു.

6
അധ്യായം ആറ്

വഴി മധ്യേ ഒരു കള്ള് ഷാപ്പ് കണ്ടപ്പോൾ ഒന്നു മിനുങ്ങാമെന്ന് കരുതി ഞാൻ അവിടെ കയറി. ഏതാനും ഭൂലോക കുടിയന്മാർ അവിടെയിരുന്ന് വെളുത്ത ദ്രാവകം തൊണ്ട തൊടാതെ വിഴുങ്ങുന്നത് കണ്ടപ്പോൾ ഒരസ്വസ്ഥത തോന്നി. ഷാപ്പിലെ ഏറ്റവും മൂലയിലെ ചെറിയ ബഞ്ചിൽ പോയിരുന്നു. പോക്കറ്റിൽ തപ്പിയപ്പോഴാണ് 'ചാർമിനാർ' തീർന്നിരിക്കുന്നു എന്ന് മനസ്സിലായത്. എന്റെ തപ്പൽ കലാപരിപാടി കണ്ട ഒരു സഹ കുടിയൻ എന്നെ രൂക്ഷമായി നോക്കി. ചെമ്പോത്തിന്റെ ചുവന്ന കണ്ണുകൾക്ക് സമാനമായ അയാളുടെ ഉണ്ടക്കണ്ണുകൾ വെളിയിലേക്ക് എടുത്തു ചാടാൻ ഒരുങ്ങുന്നതായി എനിക്ക് തോന്നി.

''ന്ത് തേങ്ങ്യാ യ്ളി കെടന്ന് തെരേന്നത് " അയാൾ ചോദിച്ചു.

''ഒന്നൂല്യ, സിഗരറ്റ് തപ്പിയതാ "

"ചോയിച്ചാ പോരെ "

"വേണ്ട" ഞാൻ തടി തപ്പാനായി പറഞ്ഞു.

''അതൊന്നും പ്രശ്നല്ല, ഇവ്ടെ കിട്ടൂല, കവലേ പോണ്ടി വരും, കൊഴപ്പല്യാന്ന് ൻ്റെ കയ്യിലുണ്ട്, ഗോൾഡാ, ന്നാ ഈ പാക്കറ്റ് വച്ചോ " അയാൾ കൈയ്യിലിരുന്ന പാക്കറ്റ് നീട്ടിക്കൊണ്ട് പറഞ്ഞു. വാങ്ങിയില്ലെങ്കിൽ ചിലപ്പോൾ

പ്രശ്നമാകുമെന്നു കരുതി അതിൽ നിന്നും രണ്ടെണ്ണമെടുത്ത് പാക്കറ്റ് തിരിച്ച് കൊടുത്തു. അയാളുരച്ച കൊള്ളിയിൽ നിന്നും തീ പകർന്ന് ആഞ്ഞ് വലിച്ചപ്പോൾ ഒരുന്മേഷം തോന്നി. ഷാപ്പിലെ കഷണ്ടിത്തലയനോട് രണ്ട് പുഴുങ്ങിയ താറാമുട്ടയ്ക്കും ഒരു കുപ്പി മൂത്തതിനും ഓർഡർ കൊടുത്തു.

നല്ല സ്വയമ്പൻ സാധനം രണ്ട് ഗ്ലാസ് അകത്ത് ചെന്നപ്പോഴേക്കും അധികാര ഭാവത്തിൽ സഹ കുടിയനോട് വീണ്ടും "ഗോൾഡ്" ചോദിച്ചു.

"അതല്ലേന്ന് ആദ്യേ പറഞ്ഞത് ഇത് വച്ചോ'' അയാൾ പാക്കറ്റ് എടുത്ത് വീണ്ടും നീട്ടി. അപ്പോഴേക്കും അയാളും ഫോമിലായി മാറിക്കഴിഞ്ഞു.

"ഇവ്ടെ പുത്യേ ആളാ?''അയാൾ ഒരു ശരം തൊടുത്തു.

"ഉം, ഒരാളെ നോക്കി വന്നതാ "

''ആരെ"

"രവീനെ "

"ഉം "

''പെണ്ണുകേസിനാ ല്ലേ " അയാൾ കള്ളച്ചിരിയോടെ ചോദിച്ചു.

"ഉം "

''ഏതാ കക്ഷി"

"മൃണാളിനി "

"അങ്ങിനൊന്നുണ്ടോ "

''ണ്ട് "

പുത്യേ തായിരിക്കും "

"അല്ല, പഴേതാ "

''അങ്ങിനൊന്ന് ഇവ്ടില്യ, നിക്കറിയാത്ത ഒരുത്തിയും ഇവ്ടില്യ "

''ഇങ്ങക്ക് അറിയാത്തതായിരിക്കും "

''ഇതെന്റെ നാടാ, ഓള പേരെന്താ ഒന്നൂടി പറ" അയാൾ വീണ്ടും ചോദിച്ചു.

"മൃണാളിനി "

''ഹാ, കള്ള് കുടിച്ച് പറയാൻ പറ്റ്യ പേര്, മൃളാനി''

''അല്ല, തെറ്റി മൃണാളിനി "

''എത്ര നല്ല പേരൊക്കെയുണ്ട് ഈ നാട്ടിൽ, ഇത് എന്തൊരു പേരാ ഈശ്വരാ "

"ഓള് സ്പെഷ്യലാ" എന്റെ നാക്കിന് അയവ് തുടങ്ങി.

''ന്നിട്ട് രവീനെ കണ്ടോ?"

"ഇല്ല "

"ഈ ജന്തു ഏടെപ്പോയി " അയാൾ കോപിച്ചു.

''അറീല്ല "

ഈ സംസാരത്തിനിടയിൽ കുപ്പി കാലി ആയതറിഞ്ഞില്ല.

"ഞാൻ കൊടുക്കാം " എന്നു പറഞ്ഞ് അയാൾ കഷണ്ടി തലയന്റെ അരികിലേക്ക് നടന്നു.

''വേണ്ടാ, ന്റേത് ഞാങ്കൊടുക്കും" അയാളെ തടഞ്ഞ് ഞാൻ പൈസ കൊടുത്തു.

"ഇനി കവലേന്ന് ഒരു പാക്കറ്റ് ഗോൾഡും ചാർമിനാറും വാങ്ങണം, കടങ്ങൾ അപ്പപ്പോൾ വീട്ടണം" ഞങ്ങൾ രണ്ട് പേരും കവലയിലേക്ക് നടന്നു. അവിടെ നിന്നും വാങ്ങിയ ഗോൾഡിന്റെ പാക്കറ്റ് അയാൾക്ക് കൊടുത്തു. ചാർമിനാറിന് തീ കൊളുത്തിയപ്പോൾ എന്തോ ഒരു സുഖം തോന്നി.

"ഓൾക്ക് പകരം വേറെ, ആളെ വേണോ " അയാൾ എന്നോട് ചോദിച്ചു.

"വേണ്ടാ, ഓളെ കണ്ട് പിടിക്കണം"

"ഓളെ പേര് നാവില് ഒറയ്ക്കണില്ല്യ, ന്തേർന്നത്?"അയാൾ വീണ്ടും ചോദിച്ചു.

''മൃണാളിനി "

"ആ അതെന്നെ, അത് പോയെങ്കിൽ പോട്ടെ, വേറെണ്ട്, ന്തേ വരുന്നോ?"

"ഇല്യ"

"ഇത് ന്താ ഇങ്ങനെ"അയാൾ അത്ഭുതത്തോടെ ചോദിച്ചു.

"അതങ്ങനാ ചേട്ടാ "

"ന്നാ, ഞാൻ പോട്ടേ "ഞാൻ അയാളുടെ തോളിൽ തട്ടി ചോദിച്ചു. അയാൾ തലയാട്ടിയപ്പോൾ ഞാൻ വാസ്വേട്ടന്റെ വീടിനെ ലക്ഷ്യമാക്കി നടന്നു.

ഇടവഴിയിലൂടെ വാസ്വേട്ടന്റെ വീട് ലക്ഷ്യമാക്കി നടക്കുമ്പോൾ കാലുകൾക്ക് ഭാരക്കുറവ് തോന്നി. കുടിച്ചെന്നറിഞ്ഞാൽ ഭാമി ചേച്ചി പരിഭവിക്കാൻ സാധ്യതയുണ്ട്. കൂടുതൽ അടുത്തിടപഴകാതെ ശ്രദ്ധിക്കണമെന്ന് തീരുമാനിച്ചു കൊണ്ടാണ് ആ വീട്ടിലേക്ക് കയറിയത്. ചേച്ചി പൂന്തോട്ട പരിപാലനത്തിലാണ്. ഓരോ റോസാചെടിയും മനോഹരമായ പൂക്കളാൽ പുഞ്ചിരി തൂകി നില്ക്കുന്നത് കണ്ടപ്പോൾ മനസ്സിൽ ഒരു വസന്തം വിടർന്ന പോലെ തോന്നി. എന്നെ കണ്ട ഉടനെ അവർ എഴുന്നേറ്റു അടുത്തേക്കു വന്നു. ഞാൻ രണ്ടടി പിറകോട്ട് മാറി, കോലായിലെ തൂണും പിടിച്ച് നിന്നു.

"ഊണിനെത്തുംന്ന് കരുതി, രണ്ട് കൂട്ടം കറികളും പായസോം ഒക്കെണ്ടാക്കി കാത്തിര്ന്നു." അവർ നിരാശയോടെ പറഞ്ഞു.

"ഊണ് ഭാനുമതി തന്നു " ഞാൻ വായ പൊത്തി പതിയെ പറഞ്ഞു.

"ന്നാ പിന്നെ ആടെക്കൂടാരുന്നല്ലോ?, അല്ല കള്ളും ഓള് വാങ്ങി തന്നതാ " ഇത്ര പെട്ടെന്ന് അവർ തിരിച്ചറിയുമെന്ന് കരുതാത്തതിനാൽ ഞാൻ ആകെയൊന്നു പതറി.

"വാസ്വേട്ടനില്ലേ?"ഞാൻ വിഷയം മാറ്റാൻ വെറുതെ ചോദിച്ചു.

"അല്ലെങ്കിലും ഈയാണുങ്ങള് ല്ലാരും ഇങ്ങനാ, സ്വന്തം സുഖം, ന്നാ പിന്നെ ഒരു കുപ്പി ഇനിക്കും വാങ്ങി തന്നൂടാർന്നോ?"

അവർ ഉറച്ച സ്വരത്തിൽ പറഞ്ഞപ്പോൾ ഉത്തരം കിട്ടാതെ ഞാൻ വിയർത്തു.

"ചേച്ചി പൊറുക്കണം, ഒരബദ്ധം പറ്റിപ്പോയി " ഞാൻ അടവ് പതിനെട്ടിൽ നിന്നും പത്തൊൻമ്പതിലേക്ക് മാറ്റി പ്രയോഗിച്ച് നോക്കി.

"ആ പോട്ടെ, കൈയും മുഖവും കഴുക്, കുറച്ച് സേമിയ പായസം എടുക്കാം " ചേച്ചി എന്റെ പൂഴിക്കടകനിൽ വീണപ്പോൾ സങ്കടമാണ് തോന്നിയത്. ഇങ്ങോട്ട് കുടിച്ച് വരേണ്ടിയിരുന്നില്ല എന്ന് മനസ്സ് തേങ്ങി.

അണ്ടിപ്പരിപ്പും മുന്തിരിയും എല്ലാമിട്ട ചൂടുള്ള പായസം വലിയ ഗ്ലാസ് നിറയെ അവർ കൊണ്ടുവന്നു തന്നു. ഞാൻ സ്പൂണുകൊണ്ട് അതാസ്വദിച്ച് കുടിക്കുന്നത് നോക്കി ചേച്ചി കോലായിലിരുന്നു.

"പോയ കാര്യന്തായി, വല്ല തുമ്പും കിട്ടിയോ?" അവർ ഇടയ്ക്കന്വേഷിച്ചു.

"ഇല്ല ചേച്ചി, അവൾക്കൊന്നുമറിയില്ല"

" ഉം, എല്ലാ സ്ത്രീകളുമങ്ങിനെയാ, ഒന്നുമറിയാതെ വെറുതെ സ്നേഹിക്കും"

അവർ ഒരു ദീർഘനിശ്വാസത്തോടെ പറഞ്ഞു.

''നല്ല രുചിയുള്ള പായസം "ഞാൻ അവരെ നോക്കി പറഞ്ഞു.

"കുറച്ച് കൂടി എടുക്കട്ടെ" അവർ സ്നേഹത്തോടെ ചോദിച്ചു.

വേണമെന്നുണ്ടായിരുന്നെങ്കിലും വയറ്റിലെ വെളുത്ത ജലവും പായസവും തമ്മിലുണ്ടായ ഏറ്റുമുട്ടലിൽ ചെറിയ ഒരു വേദന ഉളവായതിനാൽ ഞാൻ സാഹസത്തിന് മുതിരാതെ മിതത്വം

പാലിച്ചുകൊണ്ട് ആ അഭ്യർത്ഥന നിരസിച്ചു.

"ഇനിയെന്താ പരിപാടി, അന്വേഷണം തുടരാണോ?, അതോ നിർത്താണോ?" അവർ ഗ്ലാസ് തിരികെ വാങ്ങിക്കൊണ്ട് ചോദിച്ചു.

"ഓളെ കണ്ടെത്തും വരെ തിരയും, പാതി വഴീല് നിർത്തില്ല " ഞാൻ പറഞ്ഞ് നിർത്തിയപ്പോൾ, അവർ ഒന്നും പറയാതെ അകത്തേക്ക് പോയി.

ഞാൻ കോലായിലിരുന്ന് മുറ്റത്തെ നിഴലുകളെ നോക്കിക്കൊണ്ടിരുന്നു. വാസ്വേട്ടൻ എപ്പോഴാണോ ഇനി വരുന്നത്. ഇന്നും ഈ വീട്ടിൽ നില്ക്കുന്നത് ശരിയല്ല. ഒരു പുതിയ താമസം ഇവിടെ അടുത്ത് എവിടെയെങ്കിലും കണ്ടെത്തണം.

ഭാമി ചേച്ചി, ഒരു തോർത്തും സോപ്പുമായി പുറത്തേക്ക് വന്നു, അതെന്റെ കൈയ്യിൽ തന്നിട്ട് പറഞ്ഞു. "പറമ്പില് കിഴക്കേ അതിരില് ഒരു ചെറിയ കൊളണ്ട് അതില് ഒന്നു മുങ്ങിക്കുളിച്ച് വാ "

"ആണോ ,ന്നാ ഇപ്പം തന്നെ പോയി ഒന്ന് മുങ്ങട്ടെ " ഞാൻ അവർ കാണിച്ച് തന്ന ഭാഗത്തേയ്ക്ക് നടന്നു. മരച്ചുവട്ടിലായി ഒരു പാമ്പുറ കണ്ടപ്പോൾ മനസ്സിൽ ഭയത്തിന്റെ ഒരു നിഴലാട്ടം തുടങ്ങി.

ഞാൻ പ്രതീക്ഷിച്ചതിനെക്കാളും നല്ലൊരു കുളമായിരുന്നത്. ചുറ്റും പടികളൊക്കെ കെട്ടി മനോഹരമാക്കിയിട്ടുണ്ട്. നല്ല തെളിനീരു പോലുള്ള അതിലെ വെള്ളത്തിലേക്കിറങ്ങിയപ്പോൾ മനസ്സും ശരീരവും ഒന്ന് കുളിർത്തു. ഏറെ കാലത്തിന് ശേഷം നന്നായൊന്നു നീന്തിത്തുടിച്ചു. കുട്ടിക്കാലത്ത് ചെയ്യാറുള്ളത് പോലെ മുങ്ങാങ്കുഴിയിട്ടും മലർന്ന് നീന്തിയും കുറെ നേരം ചെലവഴിച്ചു. പെട്ടെന്നാണ് മനസ്സിലേക്ക് മരച്ചുവട്ടിലെ പാമ്പുറ ഇഴഞ്ഞെത്തിയത്. അകാരണമായ ഒരു ഭയം

ചുറ്റിവരിയാൻ തുടങ്ങിയപ്പോൾ വെള്ളത്തിലെ കളിയും കുളിയും അവസാനിപ്പിച്ച് വേഗം കരയ്ക്ക് കയറി. കൽപ്പടവുകളിലിരുന്ന് തല നന്നായി തുവർത്തി. തലയുടെ മന്ദതയെല്ലാം അപ്പോഴേക്കും മാറിക്കഴിഞ്ഞിരുന്നു. എന്തോരപരാധ ബോധം മനസിനെ ഗ്രസിച്ചിരിക്കുന്നു. സ്നേഹിക്കുന്നവരെ അവർക്കിഷ്ടമില്ലാത്ത കാര്യങ്ങൾ ചെയ്ത് നോവിക്കുന്നത് ഒട്ടും ശരിയായ കാര്യമല്ല. എന്തെല്ലാം മനുഷ്യൻ മാറ്റി മറിച്ചാലും സ്വഭാവം മാറ്റാൻ കഴിഞ്ഞില്ലെങ്കിൽ എന്ത് പ്രയോജനമാണ് ഉള്ളത്. ഭാമി ചേച്ചിയുടെ മുന്നിലേക്ക് വീണ്ടും ചെല്ലാൻ കഴിയാത്ത തരത്തിലൊരു നിരാശയുടെ കരിമേഘം മനസ്സാകെ നിറഞ്ഞ് നിന്നു. ആ പടിയിൽ തന്നെ കുറെ നേരമിരുന്നു.

"കാണാണ്ടായപ്പോൾ തെരഞ്ഞ് വന്നതാ " പിറകിൽ നിന്നു ഭാമി ചേച്ചിയുടെ ശബ്ദം ചിന്തകളെ ആട്ടി ഓടിച്ചു.

"ഇവ്ടെ ഇങ്ങനെ ഇരിക്കാനൊരു സുഖം"

ഞാൻ തിരിഞ്ഞ് നോക്കാതെ പറഞ്ഞപ്പോൾ അവർ എന്റെ അരികിലായി വന്നിരുന്നു. അവരുടെ മുടിയിഴകൾ എന്റെ കൈകളിൽ തട്ടി നിന്നു. ഹൃദയത്തിനകത്ത് ഒരു പക്ഷിയുടെ ചിറകടിയുയർന്നു. അവർ കുളത്തിലേക്ക് കണ്ണുകളെ പ്രതിഷ്ഠിച്ച് ഒന്നുമുരിയാടാതെ ചേർന്നിരുന്നു. അവരുടെ മാസ്മരിക ഗന്ധം എന്റെ നാഡീഞരമ്പുകളിൽ പ്രവാഹമായി മാറി.

ഞങ്ങളുടെ നിശബ്ദതയിൽ പ്രകൃതി പോലും നിശ്ചലമായി കാതോർത്തു. ചുറ്റുപിണഞ്ഞ് ഇണ ചേരുന്ന നാഗങ്ങളെപ്പോലെ മനസ്സ് ആടിയുലഞ്ഞു. പറമ്പിൽ ദൂരെ എവിടെയോ ഉണങ്ങിയ ഒരോല വീണപ്പോഴാണ് ഞങ്ങളിരുവരും യാഥാർത്ഥ്യത്തിന്റെ കറുത്ത പ്രതലത്തിലേക്ക് തിരിച്ചെത്തിയത്.

"ഞാനിടയ്ക്ക് ഇവിടെ കുറെ നേരമൊറ്റക്കിരിക്കും " അവർ നീണ്ട കാർകൂന്തൽ വകഞ്ഞ് മാറ്റിക്കൊണ്ട് എന്നെ നോക്കി പറഞ്ഞു. ആ കണ്ണുകളിൽ ഒരുന്മാദം കളിയാടുന്നത് ഞാനറിഞ്ഞു. വിളിക്കാത്ത അതിഥിയെപ്പോലെ വന്ന ചെറുകാറ്റിൽ, മർമ്മരങ്ങൾ താരാട്ടായി കർണ്ണങ്ങളെ തഴുകി കടന്നു പോയി.

"ചേച്ചിയ്ക്ക് നീന്തൽ അറിയോ?" ആ പ്രത്യേക നിമിഷത്തെ മറികടക്കാനെന്നോണം ഞാൻ ചോദിച്ചു.

"അറിയാം, ഇടയ്ക്ക് ഇതിൽ ആരുമറിയാതെ നീന്തി രസിക്കും, വാസ്വേട്ടന് പോലുമറിയില്ലത് " ആദ്യമായാണ് ഞാൻ അക്കാര്യമൊരാളോട് പറയുന്നത്.

"അതെന്താ വാസ്വേട്ടനറിഞ്ഞാൽ സമ്മതിക്കില്ലേ?" ഞാൻ ആകാംക്ഷയോടെ ചോദിച്ചപ്പോൾ അവർ എന്റെ ചുമലിൽ പിടിച്ച് പതിയെ എഴുന്നേറ്റു.

"സമ്മതിക്കുമായിരിക്കും എന്നാലും ഇതെന്റെ ഒരു സ്വകാര്യതയാ, ചില രഹസ്യങ്ങൾ പെണ്ണുങ്ങൾക്കുമാകാം " അവർ ഇത് പറഞ്ഞ് ഊറിയൂറി ചിരിച്ചു കൊണ്ട് ഓല വീണ ദിക്കിലേക്ക് നടന്നു.

ആ കുളത്തിൽ അവർ നീന്തുന്ന ചിത്രം പല കോണുകളിൽ എന്റെ ഹൃദയത്തിലൂടെ കടന്നു പോയ്ക്കൊണ്ടിരുന്നു.

കുറെ നേരം കഴിഞ്ഞപ്പോൾ ഞാൻ കല്പടവിൽ നിന്നുമെഴുന്നേറ്റ് വീട്ടിലേക്ക് നടന്നു. ഭാമി ചേച്ചി നിലവിളക്കിൽ എണ്ണയൊഴിച്ച് തിരികൾ വെക്കുന്നുണ്ടായിരുന്നു. തുവർത്ത് ഞാൻ മുറ്റത്ത് തോരാനിട്ടു. കോലായിലെ ചെറിയ കണ്ണാടിയിൽ നോക്കി മുടി ചീകിയൊതുക്കി. അവർ അപ്പോഴേക്കും വിളക്ക് തെളിയിച്ചു; നാമജപം തുടങ്ങി. ഞാൻ കസേരയിൽ വാസ്വേട്ടൻ വരുന്നതും കാത്തിരുന്നു. ദൂരെ ഒരു നിഴലാട്ടം കണ്ടപ്പോൾ വാസ്വേട്ടനാണോ എന്നറിയാൻ ഒന്നെഴുന്നേറ്റു നോക്കി.

ഭാമി ചേച്ചിയുടെ മധുരനാദം അവിടമാകെ വിലയിച്ചു നിന്നു. ആ വീചിയിൽ ലയിച്ച് ഞാൻ കസേരയിലിരുന്ന് മയക്കത്തെ പുല്കി.

ഞാനും മൃണാളിനിയും കടലോരത്ത് അസ്തമന സൂര്യന്റെ ചുവന്ന രശ്മികളെയും ചക്രവാളത്തിൽ കലാകാരനായ പ്രകൃതി വരച്ച നവ്യ ചിത്രത്തെയും നോക്കി ഇരിക്കുകയാണ്. അവളുടെ വിടർന്ന നയനങ്ങളിൽ വിഷാദത്തിന്റെ അലയൊലികൾ കാണാം. ഉപ്പുരസമാർന്ന കാറ്റ് ചുണ്ടുകളെ തഴുകി കടന്നു പോയി. പതിയെ ആ രൂപം ആരോ മനസ്സിൽ നിന്നും ഒപ്പിയെടുത്തു. ഞാൻ തനിച്ചായി.

അവളെ കാണാതായപ്പോൾ ചാടി എഴുന്നേറ്റ് ചുറ്റും നോക്കി. ദൂരെ കടലിന്റെ വിരിമാറിലേക്ക് അവൾ മുടികളെല്ലാം അഴിച്ചിട്ട് ഓടുന്നതാണ് പിന്നീട് കണ്ടത്. ഉറക്കെ ശബ്ദമുണ്ടാക്കി അതിൽ നിന്നും അവളെ പിന്തിരിപ്പിക്കാനായി ഞാൻ സർവ്വ ശക്തിയുമെടുത്തോടി. പക്ഷേ അപ്പോഴേക്കും കടലിന്റെ അഗാധതയിലേക്ക് അവൾ വീണ് കഴിഞ്ഞിരുന്നു. ആഞ്ഞടിച്ചെത്തിയ തിരമാലയിൽ അവളുടെ മുടിയിലണിഞ്ഞ കനകാംബരപ്പൂക്കൾ ഒഴുകി വന്ന്, എന്റെ പാദങ്ങളിൽ തട്ടി നിന്നു. ഞാനുറക്കെ നെഞ്ചു പൊട്ടിക്കരഞ്ഞു.

"ന്തേയ് പറ്റീത് " ഭാമി ചേച്ചി എന്റെ തലമുടിയിൽ വിരലോടിച്ചു ചോദിച്ചു.

"ഒന്നൂല്യ, ഒരു ദു:സ്വപ്നം കണ്ടതാ " ഞാൻ വിളറിയ മുഖത്തോടെ അവരെ നോക്കി പറഞ്ഞു.

"ത്രിസന്ധ്യയ്ക്ക് ഓരോന്നോർത്ത് കിടന്നിട്ടാ" അവരതും പറഞ്ഞ് അടുക്കളയിൽ നിന്നും ഒരു ഗ്ലാസ് വെള്ളമെടുത്ത് വന്നു. എന്റെ നേർക്ക് നീട്ടി. ഞാൻ അത് വലിച്ച് കുടിച്ചു.

"ഇനി വേണോ?"

"വേണ്ട"

"ന്തേയ് കണ്ടത് "

"മൃണാളിനിയ്ക്ക് അപകടം പറ്റീന്ന് "

"വേണ്ടാത്തത് ഓരോന്ന് ചിന്തിച്ച് കെടന്നിട്ടാ"

"ഉം, വാസ്വേട്ടൻ വന്നോ "

"ഇല്യ"

"ഇന്നിനി വരണ്ന്ന് തോന്നണില്യ"

"പിന്നെ "

"ആ ചെലേസം ഇങ്ങനേംണ്ട് പതിവ്"

"അപ്പോ, ചേച്ചി തനിച്ച് "

"ഇനിക്ക് ഇവ്ടെ കുറെ കൂട്ട്കാരില്ലേ?, ദാ ആ റോസും, മുല്ലയും എല്ലാം.. "അവരുടെ കണ്ണുകളിൽ നിന്നും ഒരു തുള്ളി കണ്ണുനീർ ഉറഞ്ഞ് വന്ന് കവിളിലൂടെ താഴോട്ട് ഉരുണ്ടു വീണു.

ഞാൻ ഏറെ നേരം പുറത്ത് കാത്തിരുന്നിട്ടും അന്ന് വാസ്വേട്ടൻ വന്നില്ല. ഭാമി ചേച്ചി അടുക്കളയിൽ എന്തൊക്കെയോ വറക്കുകയും പൊരിക്കുകയും ചെയ്യുന്നതിന്റെ ഗന്ധവും ശബ്ദവും കോലായിൽ എന്നെയും തേടിയെത്തി. ഈ സുന്ദരിയായ ഭാര്യയെ തനിച്ചാക്കി ഇയാൾ ഇതെവിടെപ്പോയി കിടക്കുന്നു; പല തവണ മനസ്സ് ചോദിച്ചു കൊണ്ടിരുന്നു. എന്തെങ്കിലും പൊതു കാര്യത്തിൽ തലയിട്ട് കുടുങ്ങി കിടപ്പുണ്ടാകും. ആളൊരു പാവത്താനാണ്. ആരെയും വേഗം വിശ്വസിച്ച് കൂടെ കൂട്ടും. എവിടെയോ നിന്ന് വന്ന അപരിചിതനായ ഞാനിപ്പോൾ അയാളുടെ സഹധർമ്മിണിക്ക് കാവൽ ഇരിക്കുന്നു. എന്തൊക്കെ വിചിത്രമായ കാര്യങ്ങൾ ആണ് സംഭവിക്കുന്നത്. ആ കടയിൽ ഒതുങ്ങി നിന്നപ്പോൾ ഇങ്ങനെയൊരു വഴിയിലൂടെയെല്ലാം സഞ്ചരിക്കേണ്ടി വരുമെന്ന് ഒരിക്കലും ചിന്തിച്ചിരുന്നില്ല. ജീവിതം തന്നെ ഒരന്വേഷണമല്ലേ? ഒടുവിൽ സ്വയം കണ്ടെത്തി കഴിയുമ്പോഴേക്കും അവസാന പേജും മറിഞ്ഞ് തീരും. ഒരെത്തും പിടിയും കിട്ടാതെ പങ്കായമില്ലാത്ത

തോണിയിലിരുന്ന് ലക്ഷ്യസ്ഥാനത്തേക്ക് തുഴയാനാകാതെ വെറുതെ ആഗ്രഹങ്ങളെയും താലോലിച്ച് ഓരോ ദിവസവും തള്ളി നീക്കുന്ന ഈ ജന്മം എത്ര ശുഷ്കമാണ്. ഓരോന്നും ചിന്തിച്ച് വഴിത്താരയിലേക്ക് കണ്ണുകളെ പറിച്ച് നട്ടുള്ള ഇരിപ്പിന് അവസാനമായത്, ഒരു വലിയ വണ്ട് കോലായിലേക്ക് മൂളിക്കൊണ്ട് പറന്നു വന്നപ്പോഴാണ്. അത് ശക്തിയിൽ മതിലിൽ ചെന്നിടിച്ച് നിലത്ത് മലർന്നു വീണു. എഴുന്നേറ്റ് പറക്കാൻ ആവുന്നത്ര ശ്രമിക്കുന്നുണ്ടെങ്കിലും കാലുകൾ മുകളിലേക്ക് ആയതിനാൽ അതിന് കമിഴ്ന്ന് നിൽക്കാൻ കഴിയുന്നില്ല. കുറച്ച് നേരം അതിന്റെ വെപ്രാളം കണ്ട് ഞാൻ നോക്കിയിരുന്നു. ചിലപ്പോൾ മനുഷ്യനും ഇത് പോല നിസ്സഹായനാവും;ആരും സഹായിക്കാനില്ലാതെ കുഞ്ഞിനെപ്പോലെ കാലിട്ടടിക്കും. ഞാൻ കസേരയിലിരുന്ന് തന്നെ അതിനെ പതിയെ കമിഴ്ത്തി വെച്ചു കൊടുത്തു. സർവ്വ ശക്തിയമെടുത്ത് അത് ഉയർന്ന് പറന്ന് നന്ദി സൂചകമെന്നോണം എന്റെ ചെവിയിലെന്തോ മൂളി; പുറത്തെ ഇരുളിലേയ്ക്ക് വേഗത്തിൽ പറന്നകന്നു.

"കഴിക്കാനെടുക്കട്ടെ" ഭാമി ചേച്ചി പിറകിൽ നിന്നും ചോദിച്ചു.

"എന്തോ വിശപ്പില്ല"

"അത്താഴപ്പട്ടിണി കിടക്കേണ്ട, കൈ കഴുകി വാ " അവർ സ്നേഹത്തോടെ നിർബന്ധിച്ചു.

"ഉം, കുറച്ച് മതി"

അവർ അകത്തേക്ക് പോയി, ചോറും സാമ്പാറും, പപ്പടവും, തോരനും എല്ലാമായി വന്നു. എനിക്കരികിലായിരുന്ന് വിളമ്പി തന്നു.

"ചേച്ചി കൂടി കഴിക്ക് " ഞാൻ അവരെ നിർബന്ധിച്ചു.

"പിന്നെ കഴിക്കാം" അവർ ഒഴിഞ്ഞു മാറാൻ ശ്രമിച്ചു.

"അത് പറ്റില്ല, എന്റെ കൂടെ തന്നെ കഴിക്കണം" ഞാൻ വിടാതെ വാശി പിടിച്ചപ്പോൾ അവരൊരു പാത്രവുമായി വന്ന് ചോറും കറികളും വിളമ്പി എനിക്കരികിൽ ഇരുന്ന് കഴിച്ച് തുടങ്ങി.

ഇടയ്ക്ക് ഞാനൊരു പപ്പടമെടുത്ത് അവരുടെ പാത്രത്തിലേയ്ക്ക് വച്ചപ്പോൾ അവർ പുഞ്ചിരി തൂകി. സ്നേഹിക്കാനും സ്നേഹിക്കപ്പെടാനും ഉഴറുന്ന ഒരു മനസ്സ് ഞാൻ അവരിൽ കണ്ടു. ദൂരെ എവിടെയോ ഇരുന്ന് ഒരു കാലൻ കോഴി അപ്പോൾ അലച്ചു കരഞ്ഞു. ഭക്ഷണശേഷം ഞാൻ കോലായിൽ വെറുതെ ഉലാത്തിക്കൊണ്ടിരുന്നു. രാത്രി പതിവിലും സുന്ദരിയായി തോന്നി. മഞ്ഞിന്റെ കമ്പിളി പുതച്ച് അത് എന്നെയും നോക്കി ഒരു അപ്സരസ്സിനെ പോലെ വികാരവിവശയായി കിടന്നു. സമയത്തിന് ഒട്ടും ധൃതിയില്ലാതെ അത് ഇഴഞ്ഞ് നീങ്ങിക്കൊണ്ടിരുന്നു. അടുക്കളയിലെ കഴുകലും ഒതുക്കലും കഴിഞ്ഞ് അവർ പുറത്തേക്ക് വന്നു. മൊട്ടുകൾ വിരിഞ്ഞ മുല്ലയിൽ നിന്നും സുഗന്ധം മഞ്ഞിൽ പടർന്നു കയറുന്നുണ്ടായിരുന്നു.

പുറത്ത് മഞ്ഞ് പെയ്യാൻ തുടങ്ങിയിരുന്നു. വൃശ്ചിക മാസത്തിന്റെ മരവിപ്പ് എന്റെ ഹൃദയത്തെയും ബാധിച്ചിരിക്കുന്നു. വാസ്വേട്ടനില്ലാത്ത ഈ വീട്ടിൽ ഞാൻ അന്തിയുറങ്ങുന്നത് ശരിയാണോ? നാളെ പ്രഭാതത്തിൽ അദ്ദേഹം എന്നെയിവിടെ കാണുമ്പോൾ തെറ്റിദ്ധരിക്കുമോ? പാല് തന്ന കൈയ്ക്ക് തന്നെ കടിച്ചല്ലോടാ എന്ന് വിചാരിക്കുമോ? ഒരെത്തും പിടിയും കിട്ടാതെ എന്റെ മനസസ്വസ്ഥമായി. ഭാമി ചേച്ചി കോലായിലെ വാസ്വേട്ടന്റെ കസേരയിൽ വന്നിരുന്നു. എന്റെ മനസ്സിൽ ചോദ്യങ്ങളുടെയും സംശയങ്ങളുടെയും വേലിയേറ്റമിരച്ചെത്തി. ഈ രാത്രിയിൽ ഇവിടെ തങ്ങുന്നില്ലെങ്കിൽ ഇവർ ഇവിടെ ഒറ്റക്കാകില്ലേ?, അല്ലെങ്കിലും ഈ അസമയത്ത്, അപരിചിതമായ സ്ഥലത്ത്

ഞാൻ എങ്ങോട്ട് പോകാനാണ്. ചിന്തകൾക്കിടയിൽ എന്റെ അരികിലായിരിക്കുന്ന ഭാമി ചേച്ചിയുടെ ഉയർന്ന മാറിടത്തിൽ എന്റെ കണ്ണുകൾ ഉടക്കിയപ്പോൾ മനസ്സിലെവിടെയോ ഒരു കാളക്കൂറ്റൻ മുക്രയിട്ടു. ഉടൻ തന്നെ ഞാൻ മനസ്സിന്റെ മൂക്കുകയറിൽ ശക്തിയിൽ പിടിച്ച് വലിച്ച് അതിനെ നിയന്ത്രണത്തിലാക്കി.

"വാസ്വേട്ടൻ ഇനി വരില്ലേ?" ഞാൻ പതിഞ്ഞ സ്വരത്തിൽ ചോദിച്ചു.

"ഇല്ല " അവർ എന്നെ നോക്കാതെ പറഞ്ഞു.

"എന്നാ ഞാനിറങ്ങട്ടെ " ഞാൻ ശബ്ദം താഴ്ത്തി ചോദിച്ചു.

"ഇഷ്ടം പോലെ "

ഇങ്ങനെയൊരു മറുപടി ഞാൻ സ്വപ്നേപി വിചാരിച്ചിരുന്നില്ല. ആകപ്പാടെ വല്ലാതൊരു ആശയക്കുഴപ്പത്തിന്റെ നീർച്ചുഴിലേക്ക് ഞാൻ പതിച്ചു. ഇനി ഇവിടെ നില്ക്കുന്നത് ശരിയല്ല, പക്ഷേ ഇവരെ തനിച്ചാക്കി എങ്ങോട്ട് പോകും. എന്റെ എല്ലാ വഴികളും ഒരുമിച്ച് ആരോ കൊട്ടിയടച്ചിരിക്കുന്നു. ഒരാശയവും തലയ്ക്കകത്ത് സംവേദനം ചെയ്യപ്പെടുന്നില്ല. വീണുടഞ്ഞ പാത്രം പോലെ മനസ്സ് ചിതറിത്തെറിച്ചു പോയിരിക്കുന്നു. അതിന്റെ ഓരോ കഷണവും കണ്ടെത്തി പൂർവ്വാവസ്ഥയിലാക്കുന്നത് അസാധ്യമാണ്. ഞാൻ അവിടെ നിന്നും എഴുന്നേറ്റു. അവരുടെ മുഖത്ത് നോക്കാതെ ദൂരെ ഇരുട്ടിലേക്ക് നോക്കിപ്പറഞ്ഞു.

"നാളെ പകല് വരാം "

"വേണംന്നില്ല" അവർ പ്രതിവചിച്ചു.

എന്റെ മനസ്സ് നിലച്ച ഘടികാരം പോലെ മാറാല പിടിച്ച് കിടന്നു. ചിന്തകൾ അതിൽ എട്ടുകാലി വല നെയ്തു തുടങ്ങി. ഇവർക്കെന്താണ് സംഭവിച്ചത്, എന്റെ ഭാഗത്ത് നിന്നും അസുഖകരമായ എന്തെങ്കിലും ഇതിനിടയിൽ.... ഇല്ല....

ഒന്നുമുണ്ടായില്ല... ഞാൻ സംശയങ്ങളുടെ കൂമ്പാരങ്ങൾ ഓരോന്നായി ചികഞ്ഞ് പരിശോധിച്ചു.

മനസ്സുകൾ എത്ര പെട്ടെന്നാണ് മേഘം പോലെ അകന്ന് മാറുന്നത്. ഇവിടെ ഇവരെ തനിച്ചാക്കി പോകാൻ ഞാൻ തയ്യാറെടുത്തത് കൊണ്ടായിരിക്കുമോ ഇവരെന്നോട് പരിഭവിച്ചിരിക്കുന്നത്. എന്തായാലും ഇനി ഇവിടെ തുടരാനാവില്ല. അല്ലെങ്കിലും വാസ്വേട്ടനോട് താമസിക്കാനൊരു വീടിന്റെ കാര്യം ചോദിക്കാനും കൂടിയാണല്ലോ വന്നത്. ആ നല്ല മനുഷ്യനും സ്നേഹനിധിയായ ഇവർക്കുമിടയിൽ ഞാൻ കാരണം ഒരു പ്രശ്നം ഉണ്ടായിക്കൂടാ. ഇത്തരം സാഹചര്യങ്ങൾ ഒഴിവാക്കുന്നതാണ് ഉചിതം. അല്ലെങ്കിൽ ഈ ബന്ധത്തിന് ഇയ്യാം പാറ്റയുടെ ചിറകിന്റെ ആയുസ്സ് മാത്രമായിരിക്കും. മുന്നിൽ കനത്ത ഇരുട്ട് ഒരു മഹാസർപ്പം പോലെ എന്നെ വിഴുങ്ങാനായി നില്ക്കുന്നുണ്ടെങ്കിലും ഞാൻ ഒന്നും പറയാതെ കോലായിൽ നിന്നും പുറത്തേക്കിറങ്ങി.

7

അധ്യായം ഏഴ്

പുറത്ത് നല്ല മഞ്ഞുണ്ടെങ്കിലും മനസ്സ് തീപിടിച്ച പോലെ ചുട്ടുപൊള്ളുകയാണ്. നിമിഷങ്ങൾക്ക് പതിവിലും ദൈർഘ്യം കൂടിയിരിക്കുന്നു. ആ രാത്രിയിൽ അവിടെ നിന്നുമിറങ്ങാനുള്ള തീരുമാനം തികച്ചും അബദ്ധമായതായി തോന്നിത്തുടങ്ങി. അപരിചിതമായ വഴിത്താരകൾ, ഒരു വെട്ടവും എവിടെയും കാണുന്നില്ല. എങ്ങോട്ട് പോകും? ഏത് വഴി ?അകലെ എവിടെയോ നിന്ന് കുറുനരികളുടെ നിർത്താതെയുള്ള ഓലിയിടൽ ഉള്ളിൽ ഭയത്തിന്റെ തൈകൾ നട്ടു കൊണ്ടിരുന്നു. അനുകൂല സാഹചര്യമായതിനാൽ അത് വേഗത്തിൽ വളർന്ന് പൂവും കായും നിറഞ്ഞ വൻ വൃക്ഷമായി മനസ്സിൽ തിങ്ങിനിറഞ്ഞു. തലയ്ക്കു മുകളിലൂടെ ഇരുട്ടിൽ നിന്നും രണ്ട് വാവലുകൾ ചിറകടിച്ചെത്തി. അവ അടുത്തുള്ള ഒരു വലിയ അരയാൽ മരത്തിൽ തല കീഴായി തൂങ്ങി കിടന്നു. കാലൻ കോഴി അസമയത്ത് മൂന്ന് പ്രാവശ്യം നിർത്താതെ കൂവി. നടവഴിയിൽ നിന്നും കാലുകൾ ലക്ഷ്യം തെറ്റി പുല്ലിലൂടെ മുന്നേറിയപ്പോൾ പറമ്പിലെ മരച്ചുവട്ടിലെ പാമ്പുറ ചിന്തയിൽ കടന്ന് ജീവൻ വെച്ച് ഇഴയാൻ തുടങ്ങി. ഒരു തണുത്ത കാറ്റ് ശക്തിയിൽ വീശിയടിച്ചപ്പോൾ പാദം മുതൽ ഉച്ചി വരെ കുളിർത്തു. ലക്ഷ്യമില്ലാതെയുള്ള ഈ യാത്ര വ്യർത്ഥമാണെന്ന്

തോന്നി. വഴി തെറ്റിയെന്ന് തോന്നിയപ്പോൾ തിരികെപ്പോകാൻ മനസ്സ് നിർബന്ധിച്ചു തുടങ്ങി. എന്തോ ഒരനർഥം എവിടെയോ പതിയിരിക്കുന്നതായി ഉൾവിളിയുയർന്നപ്പോൾ വന്ന വഴിയെ കാലടികളെ നയിച്ച് തിരികെ വാസ്വേട്ടന്റെ വീടിന്റെ മുറ്റത്ത് എത്തി. കോലായിൽ അതേ കസേരയിൽ ഭാമി ചേച്ചി ഏകയായി ഒരു പ്രതിമ കണക്കെ ഇരിക്കുന്നു. അരണ്ട വെളിച്ചത്തിൽ അവരുടെ ഇരുകണ്ണുകളിൽ നിന്നും ഒലിച്ചിറങ്ങുന്ന കണ്ണുനീരിൽ ഞാനലിഞ്ഞ് ഇല്ലാതായി. അവരെന്നെ സാകൂതം നോക്കി. കണ്ണുകൾ സാരിത്തലപ്പിൽ തുടച്ച് ചോദിച്ചു.

"ഒരാണും പെണ്ണും ഒരു രാത്രീല് ഒരുമിച്ച് തങ്ങ്യാ ആകാശോന്നും ഇടിഞ്ഞ് വീഴില്യ, ഇനി അത്ര ഉറപ്പേ അതിനുള്ളെങ്കിൽ അങ്ങ് വീഴട്ടെ "

അവരുടെ ആത്മവിശ്വാസത്തിനു മുന്നിൽ ഞാനൊരു ശിശുവായി മാറി.

"പെട്ടെന്ന് അങ്ങനെ തോന്നിപ്പോയി " ഞാൻ ക്ഷമാപണത്തിന്റെ മേലങ്കിയെടുത്തണിഞ്ഞു പറഞ്ഞു.

"സാരല്യ, ന്നെ ഒറ്റക്കിടണ്ടാന്ന് കരുതി തിരിച്ച് വന്നല്ലോ, അത് മതി" ആ പ്രസ്താവന എന്നെ വല്ലാതെ മുറിവേല്പിച്ചു. യഥാർത്ഥത്തിൽ പേടി കാരണമാണ് തിരിച്ചെത്തിയതെന്ന് പറഞ്ഞാൽ അവർക്കുണ്ടാകുന്ന വിഷമം മുന്നിൽ കണ്ടപ്പോൾ മൗനം പാലിച്ചു, വെറുതെ പുഞ്ചിരിച്ചു നിന്നു.

"മുകളിൽ കിടക്ക വിരിച്ചിട്ടുണ്ട്, പോയി കിടന്നോളൂ"

ഞാൻ പതിയെ ഒന്നുമുരിയാടാതെ കോണികൾ കയറി മുകളിലെത്തി. ഒരു മൺകൂജയിൽ നിറയെ ജീരകവെള്ളം മേശമേൽ കൊണ്ടു വച്ചിട്ടുണ്ട്. ഞാനവിടെ ഇന്ന് തങ്ങുമെന്ന് കരുതി എല്ലാം മുന്നമെ അവർ ഒരുക്കി വെച്ചിരുന്നു. ഇതൊന്നുമറിയാതെ അവിടെ നിന്നുമിറങ്ങിപ്പോയത് അവിവേകമായി തോന്നി. കോലായിലെ വാതിൽ അടയുന്ന

ശബ്ദം എന്റെ കാതുകളിൽ പതിച്ചപ്പോൾ സർവ്വനാഡികളും മരവിച്ച പോലെ തോന്നി. പെട്ടെന്ന് ജനൽ പാളിയിലൂടെ ഒരു തീവ്രമായ മിന്നൽ പ്രവാഹം അകത്തേയ്ക്ക് വന്ന് പതിച്ചു. കനത്ത ശബ്ദത്തോടെ ശക്തിയിൽ ഒരിടിയപ്പോൾ മുഴങ്ങി. ആരോ കോരിച്ചൊരിയുന്ന പോലെ മഴത്തുള്ളികൾ മേല്ക്കൂരയിലെ ഓടിൽ വന്നു പതിച്ചു. വീശിയടിച്ച കാറ്റ് വൈദ്യുതിയെയും അപഹരിച്ച് എങ്ങോ പോയി മറഞ്ഞു. കനത്ത അന്ധകാരം ആ മുറിയെ വാരിപ്പുണർന്നു.

ഇരുട്ടിൽ ഒന്നും കാണാനാവാതെ ഞാൻ കട്ടിലിൽ ഇരുന്നു. അപ്പോഴാണ് താഴെ നിന്നും ഭാമി ചേച്ചിയുടെ ശബ്ദം ഉയർന്നത്.

"അവ്ടെ തലയണയ്ക്കടിയിൽ ടോർച്ചുണ്ട്, ഒന്നെടുത്ത് ഇങ്ങോട്ട് വാ "

അവർ കോണിപ്പടിയുടെ സമീപം വന്ന് പറഞ്ഞപ്പോൾ ഞാൻ കട്ടിലിലിരുന്ന് ടോർച്ച് തപ്പിയെടുത്തു തെളിയിച്ചും കൊണ്ട് താഴോട്ടേക്ക് ഇറങ്ങി വന്നു. പഴയ ഒരു റാന്തൽ വിളക്ക് അവരപ്പോഴേക്കും എവിടെ നിന്നോ തപ്പിയെടുത്തു കഴിഞ്ഞിരുന്നു. അല്പസമയത്തിനുള്ളിൽ തീപ്പെട്ടിയും മണ്ണെണ്ണയും ടോർച്ചിന്റെ വെട്ടത്തിൽ അവർക്ക് സ്വയം പിടികൊടുത്തു. ആ വിളക്ക് തെല്ലഹംഭാവത്തോടെ മുനിഞ്ഞ് കത്താൻ തുടങ്ങി. ആ പ്രഭയിൽ അവർ പതിവിലും സുന്ദരിയായി കാണപ്പെട്ടു.

"കാറ്റ് വീശിയപ്പോഴേ എനിക്ക് തോന്നി, ഇന്നിനി വരുമോ ആവോ?" അവർ കട്ടിലിനരികിലെ കസേരയിലിരുന്ന് പറഞ്ഞു. പുറത്ത് മഴ കനത്ത് പെയ്ത് തിമിർക്കുകയാണ്. ഈ മഴയിൽ ഒറ്റപ്പെട്ട് വഴിയറിയാത്ത സ്ഥലത്ത് ഞാൻ അലയുന്നത് ഒരു മായക്കാഴ്ച പോലെ എന്നിലേക്ക് അരിച്ചിറങ്ങി. തിരിച്ച് വന്നത് എന്ത് കൊണ്ടും നന്നായെന്ന് അപ്പോൾ വീണ്ടും തോന്നി.

"ഉറക്കം വരണുണ്ടെങ്കിൽ പോയി ഉറങ്ങിക്കോളൂ" അവർ എന്റെ നേരെ ദൃഷ്ടിയോടിച്ച് പറഞ്ഞു.

"ഇല്ല, ഉറക്കം കാറ്റും മഴയും കൊണ്ടോയി " ഞാൻ ചിരിച്ച് കൊണ്ട് പ്രതിവചിച്ചു.

"ന്റെ കല്യാണ രാത്രിയും ഇതേ പോലുള്ള ഒരു കാറ്റും മഴയും ഇടിയും ഒക്കെണ്ടാർന്നു "

"ഉം,അതൊക്കെ ഇപ്പോ ഓർമ്മ വരുന്നോ?"

"ഇന്നലെ കഴിഞ്ഞ പോലെ തോന്നുന്നു, വാസ്വേട്ടൻ ന്നെ ഇങ്ങോട്ടേക്ക് കൂട്ടികൊണ്ടോന്നതും, മൂപ്പര്ടെ അമ്മയെനിക്ക് നെലവെളക്ക് എടുത്ത് തന്നതും ല്ലാം നല്ലോർമ്മേയുണ്ട്. "

അത് പറയുമ്പോൾ അവരുടെ കണ്ണുകൾ സന്തോഷത്താൽ തിളങ്ങി.

"കല്യാണം ഒരു യോഗാണ്, ആരാമ്മളെ ആള്ന്ന് ഈശ്വരൻ മുൻകൂട്ടി തലേല് വരച്ചിടും " ഭാമി ചേച്ചി ഒരു നെടുവീർപ്പോടെ പറഞ്ഞ് നിർത്തി. ഇളകി കിടന്ന ഏതോ ഓടിനിടയിലൂടെ രണ്ട് മഴത്തുള്ളികൾ എന്റെ കവിളിൽ അപ്പോൾ മുത്തമിട്ട് താഴേക്ക് ചിതറി. മഴ ആരോടോ പ്രതിഷേധിക്കുമ്പോലെ ഇടയ്ക്ക് കൂടിയും കുറഞ്ഞും തുടർന്നുകൊണ്ടിരുന്നു. പെട്ടെന്നാണ് കോലായിലെ വാതിലിൽ ആരോ ശക്തിയായി മുട്ടുന്ന ശബ്ദം കേട്ടത്. ഭാമി ചേച്ചിയും ഞാനും പെട്ടന്നമ്പരന്നു പരസ്പരം നോക്കി.

"വാസ്വേട്ടനായിരിക്കും " ഞാൻ പറഞ്ഞു.

"ഇല്ല, വാസ്വേട്ടൻ ഇങ്ങനെ വാതിലിൽ മുട്ടില്ല, ഈ ജനാലയിൽ പതിയെ തട്ടുകയെ ഉള്ളൂ."

"പിന്നെ ആരാ, ഞാൻ തുറക്കാം "

"വേണ്ട "

വാതിലിൽ ശക്തമായി വീണ്ടും മുട്ടിക്കൊണ്ടിരിക്കുകയാണ്. എന്താണ് ചെയ്യേണ്ടതെന്നറിയാതെ ആ തണുപ്പിലും ഞാൻ നിന്നു വിയർത്തു.

ഒടുവിൽ രണ്ടും കൽപ്പിച്ച് വാതിൽ തുറക്കാനാഞ്ഞ എന്നെ ഭാമി ചേച്ചി തടഞ്ഞു. ഞാൻ എന്തോ പറയാനാഞ്ഞപ്പോൾ അവർ ചൂണ്ടുവിരൽ കൊണ്ട് അവരുടെ ചുണ്ടിൽ അമർത്തി എന്നോട് സംസാരിക്കരുതെന്നും, മുകളിലോട്ട് പോകാനും ആംഗ്യം കാണിച്ചു. തെല്ല് സംശയത്തോടെ ഞാൻ അവരെ അനുസരിച്ച് മുകളിലേയ്ക്ക് കയറിപ്പോയി. അപ്പോഴും വാതിലിൽ തകൃതിയായി ആരോ മുട്ടിക്കൊണ്ടിരുന്നു. അവർ സധൈര്യം വാതിൽ തുറക്കുന്നതിന്റെ ശബ്ദം ഞാൻ കേട്ടു. അല്പനേരത്തെ നിശബ്ദതയ്ക്ക് ശേഷം അവരുടെ കരച്ചിലാണ് ഞാൻ കേട്ടത്.

"ചതിച്ചോ ന്റെ ഈശ്വരന്മാരെ " അവർ അലമുറയിട്ട് കരയുന്നത് ഞാൻ മുകളിൽ വ്യക്തമായി കേട്ടു. മുറിക്കുള്ളിൽ ഞാൻ വെരുകിനെപ്പോലെ കാര്യമറിയാതെ തെക്കോട്ടും വടക്കോട്ടും നടന്നു. പുറത്ത് നിന്ന് രണ്ട് പുരുഷന്മാരുടെ സംസാരം ഇടയ്ക്ക് കേട്ടു. പക്ഷേ അവരെന്താണ് പറയുന്നതെന്ന് വ്യക്തമാകുന്നില്ല. ഞാൻ പടിയുടെ അടുത്ത് വരെ വന്ന് ചെവി കൂർപ്പിച്ചു;ഇല്ല ഒന്നും മനസ്സിലാവുന്നില്ല. ചേച്ചിയുടെ നിർത്താതെയുള്ള കരച്ചിൽ എന്നെ വല്ലാതെയസ്വസ്ഥനാക്കി. താഴോട്ടേക്ക് ഇറങ്ങി ചെല്ലാൻ മനസ്സ് തിടുക്കം കൂട്ടിയെങ്കിലും അത് ഉണ്ടാക്കാൻ പോകുന്ന പ്രത്യാഘാതങ്ങൾ ഓർത്ത് കാലിനെ നിയന്ത്രിച്ച് നിന്നു. വന്നവരിലൊരാൾ ഇടയ്ക്ക് ശക്തിയിൽ ചുമയ്ക്കുന്നത് കേട്ടു. ചേച്ചിയുടെ കരച്ചിലിൽ നിന്നും അവർ ഉമ്മറപ്പടിയിൽ ഇരിക്കുകയാണെന്ന് തോന്നി. നിമിഷങ്ങളുടെ കഴുത്തിൽ കയർ മുറുകി, ഇഴയാൻ കഴിയാതെ അവ ശ്വാസം മുട്ടി നിന്നു. ഹൃദയത്തിൽ ആരോ പെരുമ്പറ കൊട്ടി വായ്ത്താരിയിട്ടു. മഴയ്ക്ക് അല്പം ശമനം വന്നതായി തോന്നി. വന്നവരുടെ സംസാരം കേൾക്കാതായി. ചേച്ചി ഏങ്ങിക്കരഞ്ഞ് കൊണ്ട് അകത്തേക്ക് കയറി വാതിൽ ചാരിയപ്പോൾ ഞാൻ പടികൾ

ചാടിയിറങ്ങി;ചേച്ചിക്കരികിലെത്തി.

"എന്തേ വാസ്വേട്ടന് " ഞാൻ അവരുടെ കരം ഗ്രഹിച്ച് കൊണ്ട് ചോദിച്ചു.

"വാസ്വേട്ടന് വെഷം തീണ്ടി" അവർ നിലവിളിച്ച് കൊണ്ട് പറഞ്ഞു. എന്റെ നെഞ്ചകത്ത് ആരോ കഠാര കുത്തിയിറക്കിയ പോലെ തോന്നി. ഞാനവരെ ആശ്വസിപ്പിക്കാനാവാതെ നിലയില്ലാക്കയത്തിലേക്ക് വീണു.

അവരുടെ സങ്കടക്കടലിൽ നിന്നും അവരിരുവരും തമ്മിലുള്ള സ്നേഹത്തിന്റെ ആഴത്തിലേക്ക് ഞാൻ മുങ്ങാങ്കുഴിയിട്ടു പൊങ്ങി.

"ഒന്നുണ്ടാവില്ല, ഞാനിപ്പം തന്നെ പോയി നോക്കാം, എവ്ടെയാന്നാ ഓല് പറഞ്ഞേ?"

ഞാൻ അവരെ ആശ്വസിപ്പിക്കാനൊരു ശ്രമം നടത്തി.

"ഇവ്ടത്തെ ദാമു വൈദ്യരെ അട്ത്ത്ണ്ട് " അവര് സങ്കടം കടിച്ചമർത്തി പറഞ്ഞൊപ്പിച്ചു.

"വാതിലടച്ചോളി, ഞാമ്പോട്ടെ"

കട്ടിലിൽ കിടന്ന ടോർച്ചുമെടുത്ത് ശര വേഗത്തിൽ ഞാൻ കൂരിരുട്ടിലേക്ക് ഊളിയിട്ടു. മഴ കുസൃതി കാണിച്ച് ചെളിയാക്കിയിട്ട വഴിത്താരകളിലൂടെ ടോർച്ചിന്റെ ഇത്തിരി വെട്ടത്തിൽ ഞാൻ ഓടുകയായിരുന്നു. കവലയിലെത്തി ആരോടെങ്കിലും ദാമു വൈദ്യരുടെ വീട് തിരക്കാമെന്ന് കരുതി. വഴിയിൽ വെച്ച് കള്ള് ഷാപ്പിൽ നിന്നും പരിചയപ്പെട്ട ചേട്ടനെ കണ്ടുമുട്ടി. മൂപ്പര് നല്ലോണം അകത്താക്കി വരുന്ന വഴിയാണ്. കാര്യം പറഞ്ഞപ്പോൾ അയാള് കൂടി വരാമെന്നായി;ഒരു വിധം അയാളെയും കൂട്ടി വേഗത്തിൽ വൈദ്യരുടെ വീട്ടിലെത്തി. വൈദ്യർ വാസ്വേട്ടനെ പിടിച്ചിരുത്തി എന്തോ ഒരു പച്ചമരുന്ന് കുടിപ്പിക്കുകയായിരുന്നു.

"നി ഒന്നും പേടിക്കാനില്ല്യ, സമയത്തിനെത്തിച്ചത് മഹാഭാഗ്യം"

വൈദ്യർ കൂടി നിന്നവരെ നോക്കി പറഞ്ഞു. അപ്പോഴാണ് എനിക്ക് തെല്ലാശ്വാസമായത്. ഞാൻ വാസ്വേട്ടനെ ചാരിയിരിക്കാൻ സഹായിച്ചപ്പോൾ, അയാൾ എന്നെ നോക്കി നിഷ്ക്കളങ്കമായി മന്ദഹസിച്ചു.

നേരം പുലരുവോളം വാസ്വേട്ടനുറങ്ങാതെ നോക്കാനുള്ള ചീട്ട് എനിക്കാണ് കിട്ടിയത്. അയാളെ ഞാൻ തെല്ലുമുറക്കിയില്ല. ഓരോ കാര്യങ്ങൾ വെറുതെ പറഞ്ഞ് കൊണ്ട് സമയത്തിന്റെ പത്തിയിൽ ഞാൻ ആഞ്ഞടിച്ചു കൊണ്ടിരുന്നു. വാസ്വേട്ടന് രാത്രിയിൽ വീടിനടുത്തുള്ള വഴിയിൽ വെച്ചാണ് കടിയേറ്റത്. എനിക്കായി കരുതി നിന്ന ഏതോ ഒരു ഇഴജാതി ആള് മാറി ആ പാവത്തിനെ ദംശിച്ചതാണെന്ന് മനസ്സിൽ ഒരു തോന്നൽ അങ്കുരിച്ചു. ഇതിനിടയിൽ വാസ്വേട്ടന് കുഴപ്പം ഒന്നുമില്ലെന്ന വിവരം ഭാമി ചേച്ചിയെ അറിയിക്കാൻ വൈദ്യരുടെ ഇളയ മകനോട് ശട്ടം കെട്ടി പറഞ്ഞയച്ചു. കൂടെ വഴി കാണിച്ച് വന്ന ചേട്ടനാണ് തന്നോട് വിവരം പറഞ്ഞതെന്ന് ഒരു കള്ളം വെറുതെ എല്ലാവരോടും തട്ടി വിട്ടു. അയാൾ ആദ്യം ഒന്ന് ശങ്കിച്ചെങ്കിലും, അപ്പോൾ തന്നെ അത് ശരി വെച്ച് തലയാട്ടുകയും ചെയ്തു.

പ്രഭാതത്തിൽ, വാസ്വേട്ടന് കുഴപ്പമൊന്നുമില്ലെന്നും വീട്ടിലേയ്ക്ക് പോകാമെന്നും ദാമു വൈദ്യർ പറഞ്ഞപ്പോൾ ഞാനും വാസ്വേട്ടനും വീട്ടിലേയ്ക്ക് ഒരു ഓട്ടോയിൽ കയറി പോയി. വാസ്വേട്ടനെ കണ്ട ഭാമി ചേച്ചി ഓടി വന്ന് അയാളുടെ കൈയ്ക്ക് പിടിച്ച് അകത്തേയ്ക്ക് കൂട്ടി കൊണ്ടു പോയി. പിന്നീട് അവിടെ നില്ക്കാൻ എന്റെ മനസ്സ് അനുവദിച്ചില്ല. കോലായിലെ അയലിൽ ഉണ്ടായിരുന്ന എന്റെ ഷർട്ടും പാന്റുമെല്ലാം അവിടെ നിന്ന് തന്നെ എടുത്ത് ധരിച്ച് ഞാൻ അവരോട് യാത്ര പോലും പറയാതെ ധൃതിയിൽ കവലയിലെ ബസ് സ്റ്റോപ്പിലേക്ക് നടന്നു. അര മണിക്കൂറോളം

നിന്നെങ്കിലും ബസുകൾ ഒന്നും വന്നില്ല. എനിക്കെതിർ ദിശയിലെ ബസ് സ്റ്റോപ്പിൽ അപ്പോഴാണ് ഒരു ദീർഘ ദൂര ബസ് ഇരച്ചെത്തിയത്. അതിൽ നിന്നും മുഷിഞ്ഞ മുണ്ടുടുത്ത ഒരാൾ ഇറങ്ങി. എന്റെ കണ്ണുകളെ എനിക്ക് വിശ്വസിക്കാനായില്ല;അത് രവിയായിരുന്നു. പാറിപ്പറക്കുന്ന ചെമ്പൻ തലമുടി അവൻ പതിയെ തടവിക്കൊണ്ട് എന്നെ നോക്കി മന്ദഹസിച്ചു. പ്രതീക്ഷിക്കാത്തയാളെ പെട്ടെന്ന് അവിടെ വെച്ച് കണ്ടപ്പോൾ എന്ത് ചെയ്യണമെന്നറിയാതെ ഞാനും വെറുതെ അവനെ കൈവീശി കാണിച്ചു.

രവി പാത മുറിച്ച് കടന്ന് എന്റെ അരികിലെത്തി.

" ഇങ്ങള് ഈടെത്തിയോ " അവൻ ഷർട്ടിന്റെ പോക്കറ്റിൽ നിന്നും ഒരു ബീഡിയെടുത്ത് കത്തിച്ചു വലിച്ചു കൊണ്ടു ചോദിച്ചു.

" അന്നെ ഇനി തെരയാത്ത സ്ഥലല്യ രവ്യേ" ഞാൻ അവന്റെ മുഷിഞ്ഞ ഷർട്ടിന്റെ ഷോൾഡറിൽ പിടിച്ച് കൊണ്ട് പറഞ്ഞു.

" ഞാനൊരു നീണ്ട യാത്രേലേനീം ,എല്ലാം വിശദായിട്ട് പറയാം ഒന്ന് കുളിക്കണം, അല്ലാ ഇങ്ങള് എന്താ ഈടെ നിക്കുന്നേ?" രവി എന്നെ അടിമുടി നോക്കിക്കൊണ്ട് ചോദിച്ചു.

"അന്നെ കാണാഞ്ഞിട്ട് ഞാൻ തിരിച്ച് പോകാൻ നിക്ക്വാരുന്നു"

"ഇപ്പോ ഞാൻ വന്നില്ല്യേ,ഇനി നമുക്ക്ന്റെ വീട്ടീപ്പോകാം" അവൻ അതും പറഞ്ഞ് മുന്നോട്ടേക്ക് ആഞ്ഞ് നടന്നു. മൃണാളിനിയെ കുറിച്ചറിയാനുള്ള ആകാംക്ഷയോടെ ഞാൻ അവനൊപ്പം വേഗത്തിൽ നടന്നു. മുന്നോട്ട് പോകവെ മനസ്സിൽ ഭാനുമതിയുടെ മുഖം തെളിഞ്ഞ് വന്നപ്പോൾ കാലുകളുടെ വേഗത പതിയെ കുറഞ്ഞ് വന്നു. ഞാൻ ആ വീട്ടിൽ പോയതും ,സാധനങ്ങൾ വാങ്ങിക്കൊടുത്തതും എല്ലാം രവിയറിഞ്ഞാൽ എങ്ങിനെയായിരിക്കും പ്രതികരിക്കുക എന്ന

ചിന്ത തലയ്ക്കകത്ത് ചീവീട് പോലെ ഒച്ചയുണ്ടാക്കിക്കൊണ്ടിരുന്നു. രവിയുടെ വേഗതയ്ക്കൊപ്പമെത്താൻ ഞാൻ നന്നേ പണിപ്പെടേണ്ടി വന്നു. ഞങ്ങളുടെ പോക്ക് കണ്ട് കള്ളുഷാപ്പിൽ നിന്നും ഓലക്കീറിലൂടെ ആരൊക്കെയോ എത്തി നോക്കുന്നുണ്ടായിരുന്നു. എന്ത് വന്നാലും നേരിടുക തന്നെ. മൃണാളിനിയെ തേടിയുള്ള ഈ യാത്ര സഫലമാകാൻ പോകുന്നതായി മനസ്സ് മന്ത്രിച്ച് തുടങ്ങിയിരിക്കുന്നു. കാണാമറയത്തിരിക്കുന്ന അവളെ കണ്ടെത്തുക എന്ന ഒറ്റക്കാര്യം മാത്രമേ ഇപ്പോൾ എന്റെ ലക്ഷ്യമായിട്ടുള്ളൂ. അത് പൂർത്തീകരിക്കുന്നതിനായി എന്തും സഹിക്കാൻ മനസ്സും ശരീരവും ഒരുക്കമായിക്കഴിഞ്ഞിരിക്കുന്നു. വാസ്വേട്ടനോടും ഭാമി ചേച്ചിയോടും യാത്ര പറയാതെ പോന്നതിലുള്ള സങ്കടം അപ്പോൾ മനസ്സിൽ കിടന്ന് തികട്ടി.

ഞാനും രവിയും അവന്റെ വീട്ടിലെത്തുമ്പോൾ ഭാനുമതി അവിടെയില്ലായിരുന്നു. അവൾ സാധനങ്ങൾ വാങ്ങാനോ മറ്റോ പുറത്തേക്ക് പോയിരുന്നു. അവളവിടെ ഇല്ലാത്തത് നന്നായെന്ന് തോന്നി. ഞാനും രവിയും കോലായിലിരുന്നു.

"രവ്യേ ഞാനീടം വരെ വന്നത് മൃണാളിനി എവ്ടെണ്ട്ന്ന് അറിയാനാ, അണക്ക് അറിയാച്ചാ യ്ഷി ഒന്ന് പറ" ഞാൻ അവന്റെ കൈ പിടിച്ച് പറഞ്ഞു.

"ഓള് എങ്ങനെ നടക്കണൊളാന്ന് ഇങ്ങക്ക് അറിയാലോ?, പിന്നെന്തിനാ ഓളെ പൊറകെ "

"ഓള് എങ്ങനത്തെ ആളാണേലും നിക്കത് പ്രശ്നല്ല, ഓക്ക് ന്നോട് ന്തോ പറയാണ്ട് അത് എനിക്ക് അറിയണം''

''ഇങ്ങക്ക് പ്രാന്താ ''

" ആയ്ക്കോട്ടെ ,ഓള് ഇപ്പം ഏട്ണ്ട് "

"അതൊന്നും എനിക്ക് ഇനി അറീല, ഞാനോളെ ഒരാളടുത്താക്കി "

"ആരടത്ത്? "

" ഗൗണ്ടറടുത്ത് "

"എവ്ടെ? ''

" മംഗലാപുരം "

" അയാളെ അഡ്രസ്സ്ണ്ടോ?"

"ഉം" അവൻ പോക്കറ്റിൽ നിന്നും ഒരു സിഗററ്റ് പേക്കറ്റിന്റെ മുകളിൽ ഉറുമ്പുവരിയിട്ട പോലുള്ള കയ്യക്ഷരത്താൽ എഴുതിയ അഡ്രസ്സ് എടുത്ത് തന്നു. പിന്നെ കൂടുതലൊന്നും ചോദിക്കാതെ ഞാൻ അവിടെ നിന്നുമെഴുന്നേറ്റു.

"ഓളെ തേടി പോണ്ട, വെറുതെ വയ്യാവേലി തലേ കേറ്റണ്ടാ, ഓരൊക്കെ എന്തിനും പോന്നോരാ "

"ഞാനും'' അതും പറഞ്ഞ് അവന്റെ കരണക്കുറ്റി നോക്കി ഊക്കിലൊന്ന് പൊട്ടിച്ചു കൊടുത്തു. അപ്രതീക്ഷിതമായ അടിയായതിനാൽ അവൻ പിറകിലേയ്ക്ക് മറിഞ്ഞു വീണു. ഞാൻ അഡ്രസ്സും പോക്കറ്റിലിട്ട് വേഗത്തിൽ നടന്നു. വാസ്വേട്ടനെയും ഭാമി ചേച്ചിയേയും കണ്ട് യാത്ര പറയണമെന്ന് മനസ്സ് കൊതിച്ചപ്പോൾ ആ വഴിയിലേക്ക് വേഗത്തിൽ നടന്നു.

അവിടെ ചെല്ലുമ്പോൾ ഒന്നുരണ്ടയൽവാസികൾ വാസ്വേട്ടനെ കാണാൻ അവിടെ വന്നിരുന്നു. അവർ കട്ടൻ ചായയും ബിസ്ക്കറ്റും മിക്സ്ചറും കോലായിലിരുന്ന് കഴിക്കുന്നുണ്ടായിരുന്നു. ഞാൻ വാസ്വേട്ടൻ കിടക്കുന്ന മുറിയിലേക്ക് ചെന്നു.

"എങ്ങനെണ്ട് "

" കൊഴപ്പം ഒന്നൂല്യ, കൊറച്ച് ക്ഷീണം ണ്ട്, ഉറക്കത്തിന്റെതാ"

"ഉം, ഇന്നലെ ഞാനൊറക്കീല അല്ലേ "

" ഒറക്കീരുന്നേൽ പിന്നെ ഒണരൂലാരുന്നു "

വാസ്വേട്ടൻ പതിയെ ചിരിച്ചു. അപ്പോഴേക്കും അയൽവാസികളെ പറഞ്ഞയച്ച് ഭാമി ചേച്ചി അകത്തേക്ക് വന്നു.

"യ്യി, വല്ലതും കഴിച്ചോ " അവർ സ്നേഹത്തോടെ ചോദിച്ചു.

"ഇല്ല "

"വേഗം കൈയ്യും മൊകോം കഴുകി വാ ''

എന്റെ മനസിനകത്ത് എവിടെയോ കണ്ണീര് പൊടിഞ്ഞു. ഉപ്പ്മാവ് പഴവും കൂട്ടിക്കുഴച്ച് നല്ലോണം വയറ് നിറച്ച് കഴിച്ചു. അതിനു മുകളിൽ പാല് പാർന്ന ഒരു ഗംഭീര ചായ കൂടി ഒഴുക്കിവിട്ടപ്പോൾ വയറ് നന്ദിയറിച്ച് ഏമ്പക്കമിട്ടു. വാസ്വേട്ടന്റെ കട്ടിലിനരികിലായി ഇരുന്ന് ഭാമി ചേച്ചി ഓറഞ്ച് തൊലി കളഞ്ഞ് അയാൾക്ക് നല്കുകയാണ്. ഞാൻ അവരുടെ അടുത്തേക്ക് ചെന്നു.

" ഞാൻ മംഗലാപുരത്തേക്ക് പോക്വാ"

"അവ്ടെയാരാ " ഭാമി ചേച്ചി ചോദിച്ചു.

" ഞാൻ റഹീനെ കണ്ടിരുന്നു,മൃണാളിനി അവടെണ്ട് "

"ഓനാ പാവത്തിനെ ആടെക്കൊണ്ടോയി വിറ്റതായിരിക്കും''

ഭാമി ചേച്ചി നെടുവീർപ്പിട്ടു.

" ഉം, ഞാനോളേങ്കൊണ്ടേ വരൂ "

"സൂക്ഷിക്കണം, അന്യ നാടാ, ഒരീസം രണ്ടാളും കൂടി ഇങ്ങോട്ട് വാ, ഇനി ഇങ്ങെളീ നാട്ടില് നിക്കണ്ട, വേറെ ഏടേക്കെങ്കിലും പോയ്ക്കോളി " ഭാമി ചേച്ചി കണ്ണുകൾ തുടച്ചു. വാസ്വേട്ടൻ എന്നെ നോക്കി പുഞ്ചിരിച്ചു.

"വാസ്വേട്ടാ ന്റെ ചേച്ചീനെ ഇങ്ങള് ഒറ്റക്കാക്കി ഇനി എങ്ങട്ടും പോകരുതേ " വാസ്വേട്ടന്റെ കണ്ണുകളിൽ നിന്നും നീർച്ചാലുകൾ പുറപ്പെട്ടു. അയാൾ പതിയെ തല ഇരു വശത്തേക്കുമാട്ടി. ഭാമി ചേച്ചി വിഷമം സഹിക്കാനാവാതെ വിങ്ങി. എന്റെ കണ്ണുകളിലുറഞ്ഞു കൂടിയ കണ്ണീര് അവർ

കാണാതിരിക്കാൻ വേഗത്തിൽ ഞാൻ അവിടെ നിന്നുമിറങ്ങി.

8

അധ്യായം എട്ട്

ഒരു പിടി ഓർമ്മകളുമായി ഞാൻ വെണ്ണിലത്ത് നിന്നും ബസ് കയറി. ഷൊർണ്ണൂർ റെയിൽവെ സ്റ്റേഷനായിരുന്നു ലക്ഷ്യം. രണ്ട് ബസ്സുകൾ മാറി കയറണം. വെയിലിന് നല്ല ചൂട് ഉണ്ടായിരുന്നു. രണ്ടാമത്തെ ബസ്സിൽ കയറിയപ്പോൾ എന്റെ അരികിലായി ഒരു പയ്യൻ വന്നിരുന്നു. കണ്ടിട്ട് ഏതോ നല്ല കുടുംബത്തിൽ ജനിച്ച ഒരുത്തനാണെന്ന് തോന്നി. പതിമൂന്നിൽ താഴെയെ പ്രായമുണ്ടാകൂ. അവന്റെ മുഖത്ത് ആകപ്പാടെ ഒരു സംഭ്രമം നിറഞ്ഞ് നിന്നു. കണ്ടക്ടർ ടിക്കറ്റുമായി വന്നപ്പോൾ ഞാൻ ഷൊർണ്ണൂരേക്ക് ഒരു ടിക്കറ്റെടുത്തു. പയ്യൻ പിറകിലേക്ക് ആരെയോ ചൂണ്ടിക്കാട്ടി. ഫാസ്റ്റ് പാസഞ്ചർ ബസ്സാണെങ്കിലും അത് നാമത്തിൽ മാത്രം ഒതുങ്ങുന്ന തരത്തിലായിരുന്നു അതിന്റെ പോക്ക്. ഡ്രൈവർക്ക് അല്പം പ്രായക്കൂടുതൽ ഉണ്ടായിരുന്നു. ബസ്സും അയാളെപ്പോലെ നന്നായി കിതയ്ക്കുന്നുണ്ട്. ഓരോ ഗട്ടറിൽ വീഴുമ്പോഴും അടിയിലെവിടെയോ നിന്ന്,ഏറ് കൊണ്ട നായ,കരയുന്ന പോലുള്ള ശബ്ദം ആ വാഹനത്തെ അകമ്പടി സേവിച്ചു. കണ്ടക്ടർ നാലഞ്ച് പ്രാവശ്യം ബസിലൂടെ മുടി കാലിൽ ചുറ്റിയ കോഴിയെപ്പോലെ ഉലാത്തിക്കൊണ്ടിരുന്നു. ബസ്സിൽ നല്ല തിരക്കുണ്ടായിരുന്നു. നാരീ തല്പരനായ മിസ്റ്റർ

കണ്ടക്ടർ അവരുടെ ഇടയിലേയ്ക്ക് ആവശ്യത്തിനും അനാവശ്യത്തിനും ഇടയ്ക്കിടെ എരണ്ടപ്പക്ഷിയെപ്പോലെ ഊളിയിട്ടു കളിച്ചു. ഇടയ്ക്കെപ്പോഴോ ഞാനൊന്നു മയങ്ങാൻ തുടങ്ങുമ്പോൾ ഉണ്ടക്കണ്ണുകളുമായി അയാൾ പയ്യൻസിന്റെ അടുത്തേക്ക് ഇരച്ചെത്തി. "ആരാ അന്റെ കൂടെ " അയാൾ പുകയിലക്കറയുള്ള പല്ലിളിച്ച് കാട്ടി ചോദിച്ചു. അവൻ പരിഭ്രമത്തോടെ പിറകിലേയ്ക്ക് നോക്കി. എല്ലാവരും അവനെ തുറിച്ച് നോക്കി. അവനൊന്നും പറയാതെ തല താഴ്ത്തിയിരുന്നു.

" ഇത് ഇവന്മാരുടെ സ്ഥിരം പരിപാടിയാ!"

കണ്ടക്ടർ ഒരു കള്ളനെ പിടിച്ച വീറോടെ പ്രസ്താവനയിലൊപ്പിട്ടിറക്കി. അവൻ വിതുമ്പാൻ തുടങ്ങി.

"കരയാതെ,മോന് എങ്ങോട്ടാ പോണ്ടത്'' ഞാൻ വിഷയത്തിലേക്ക് രംഗ പ്രവേശനം നടത്തി. അവൻ ഒഴുകിയിറങ്ങിയ കണ്ണീർ തുടച്ച് പറഞ്ഞു. "ഷൊർണൂർക്ക് "

ഞാൻ കണ്ടക്ടറോട് ഒരു ടിക്കറ്റ് ഷൊർണ്ണൂരിലേയ്ക്ക് എടുക്കാൻ പറഞ്ഞപ്പോൾ അയാൾ എന്തോ അർത്ഥം വെച്ച് മൂളി, തലകുലുക്കിക്കൊണ്ട് ഒരു ടിക്കറ്റ് പറിച്ച് തന്നു. ഞാൻ കൂടുതലൊന്നും അവനോട് ചോദിച്ചില്ല. അപ്പോഴേക്കും എന്നെ തിരഞ്ഞെത്തിയ ഉറക്കമെന്ന കാമുകിയുടെ ഗാഢ ആശ്ലേഷത്തിൽ ഞാൻ അടിമപ്പെട്ടുപോയി.

ഉണർന്നപ്പോഴേക്കും ബസ് ഒരുപാട് ദൂരം പിന്നിട്ട് കഴിഞ്ഞിരുന്നു. പയ്യൻസ് എന്തോ ആലോചനയിൽ പുറത്തെ കാഴ്ചകൾ കണ്ടിരിക്കുകയാണ്. ഞാൻ പോക്കറ്റിൽ നിന്നും രവി തന്ന മൃണാളിനിയുടെ അഡ്രസ് എടുത്ത് നിവർത്തി നോക്കി. പയ്യൻ എന്നെ നോക്കി പുഞ്ചിരിച്ചു.

" ഷൊർണൂരാണോ വീട്" ഞാൻ പയ്യനോട് കുശലാന്വേഷണം നടത്തി.

"അല്ല "

"ചിലപ്പോൾ നിയ്ക്കും പറ്റീട്ടുണ്ട്, ബസ്സിൽ കേറിക്കഴിഞ്ഞാരിക്കും പോക്കറ്റ് തപ്പുന്നേ, അപ്പോ പേഴ്സ് എടുത്ത്ണ്ടാവില്ല" ഞാൻ അവനെ സമാധാനിപ്പിക്കാൻ പറഞ്ഞു.

"ഉം" അവൻ മൂളി.

"പിന്നെ ഷൊർണൂരാരാ, കുടുംബക്കാരാ"

"ആരൂല്യ"

"പിന്നെ"

അവൻ അടുത്ത കരച്ചിലിന്റെ വക്കിലേക്ക് വഴുതുമെന്ന് തോന്നിയപ്പോൾ ഞാൻ ഡിറ്റക്ടീവ് പണി നിർത്തി. ഇതൊരു വയ്യാവേലിയുടെ തുടക്കമാണല്ലോ ഈശ്വരാ എന്ന് എന്റെ മനസ്സിലിരുന്ന് ആരോ മന്ത്രിച്ചു.

വൈകിട്ടോടെ ബസ് ഷൊർണ്ണൂരിലെത്തി. ഉറങ്ങുകയായിരുന്ന പയ്യനെ ഞാൻ തട്ടി വിളിച്ചു. അവൻ ഒലിച്ചിറങ്ങിയ ഉമിനീര് കൈ കൊണ്ട് തുടച്ച്, സംഭ്രമത്തോടെ ചുറ്റും നോക്കി.

"സ്ഥലമെത്തി" ഞാൻ അതും പറഞ്ഞ് ബസ്സിൽ നിന്നുമിറങ്ങി. ഓട്ടോ സ്റ്റാൻഡിലേക്ക് പതിയെ നടന്നു. ഇരപിടിയിൽ വാവലുകളെപ്പോലെ ഓട്ടോക്കാർ നിരന്ന് നിൽക്കുന്നുണ്ട്. മുമ്പിൽ കണ്ടതിലൊന്നിൽ കയറാൻ തുടങ്ങുമ്പോൾ ഒരു പിൻവിളിയുയർന്നു.

"ചേട്ടാ"'ഞാൻ പിന്തിരിഞ്ഞ് നോക്കിയപ്പോൾ വെളുക്കെ ചിരിച്ച് കൊണ്ട് പിറകിലായി പയ്യൻസ്.

"നീ പോയില്ലേ?"

"ഇല്ല "

"ഞാനും വന്നോട്ടേ കൂടെ?"പയ്യന്റെ ചോദ്യം എന്റെയുള്ളിൽ ഒരാളലുണ്ടാക്കി.

അപ്പോഴേക്കും വേറെ ഒരാൾ ആ ഓട്ടോയിൽ കയറിയിരുന്നു. ഡ്രൈവർ വണ്ടി സ്റ്റാർട്ട് ചെയ്ത് ഓടിച്ച്

പോയി. ഞാൻ പയ്യനരികിലേയ്ക്ക് ചെന്നു. അവന്റെ തോളിൽ കൈയിട്ട് കുറച്ചപ്പുറമുണ്ടായിരുന്ന ആൽച്ചുവട്ടിലേക്ക് നടന്നു.

"ശരിക്കും നെനക്കെങ്ങോട്ടാ പോണ്ടേ?"

"അറീല്ല"

"നാട് വിടാനാ പരിപാടി?" ഞാൻ കുറച്ച് ഗൗരവത്തിൽ ചോദിച്ചു.

അവൻ ഒന്നും പറയാതെ തല താഴ്ത്തി നിന്നു. ഞാൻ അവനോട് പിന്നൊന്നും പറഞ്ഞില്ല. അവന്റെ കൈയ്യും പിടിച്ച് റോഡിനപ്പുറമുള്ള ഹോട്ടലിലേയ്ക്ക് നടന്നു. നെയ്യ്റോസ്റ്റ്, മസാല ദോശ, കാപ്പി ഇത്യാദി സാധനങ്ങൾക്ക് ഓർഡർ കൊടുത്തു കാത്തിരുന്നു. നെയ്റോസ്റ്റ് അവൻ ആർത്തിയോടെ കഴിച്ചു.

"എന്താ അന്റെ പേര് ''

'' ദീപക് "

" വീട്ടിലാരൊക്കെയുണ്ട് "

" അച്ഛനും അമ്മയും അനിയത്തീം"

"പിന്നെന്തേ ആട്ന്ന് പോന്നേ"

"ഓര്ക്ക് ന്നെ ഇഷ്ടല്ല, അനിയത്തീനെ മതി" സങ്കടം വാക്കുകളിൽ അമർന്നപ്പോൾ അവ പാതിയിൽ നിലച്ചു.

ഞാൻ അവന്റെ തോളിൽ തട്ടി ആശ്വസിപ്പിച്ചു. അവനെ ഒറ്റയ്ക്ക് അവിടെ നിർത്തിയാൽ ഉണ്ടാവുന്ന പ്രശ്നങ്ങൾ ഞാൻ ഊഹിച്ചെടുത്തു. എങ്ങനെയെങ്കിലും സമാധാനിപ്പിച്ച് വീട്ടിലേയ്ക്ക് തിരിച്ചയക്കണം.

" ഇവ്ടെ ഷൊർണ്ണൂര് അന്നെ അറിയുന്നോര് ആരെങ്കിലുണ്ടോ?" ഞാൻ പ്രതീക്ഷയോടെ ചോദിച്ചു.

"ഉം മാമനുണ്ട്, റെയിൽവേലാ"

ഞാൻ അവനെയും കൂട്ടി ഒരു ഓട്ടോയിൽ കയറി റെയിൽവെ ജീവനക്കാരുടെ ക്വാട്ടേഴ്സിലേക്ക് പോയി.

ഭാഗ്യത്തിന് അയാൾ അപ്പോഴേക്കും ഡ്യൂട്ടി കഴിഞ്ഞ് തിരിച്ചെത്തിയിരുന്നു. അവനെ കണ്ടപ്പോൾ അയാൾക്ക് സന്തോഷമായി. അവൻ കേൾക്കാതെ അയാളോട് കാര്യങ്ങൾ ഞാൻ പറഞ്ഞു. അപ്പോഴേക്കും അയാളുടെ കറുത്ത് തടിച്ച ഭാര്യ എനിക്ക് ചായയും വറുത്ത കായയും തന്നു സൽക്കരിക്കാനെത്തി. അയാൾ വിവരം അവന്റെ വീട്ടിൽ അറിയിക്കാമെന്നു പറഞ്ഞു. ഞാൻ മംഗലാപുരത്തേക്ക് ആണെന്ന് പറഞ്ഞപ്പോൾ റെയിൽവെയിലുള്ള ഒരു സുഹൃത്തിന്റെ വിലാസം അയാൾ കുറിച്ച് തന്നു. എന്താവശ്യത്തിനും അവനെ ബന്ധപ്പെടാമെന്നും പറഞ്ഞു. അയാളുടെ പേര് രാവുണ്ണി എന്നായിരുന്നു. അയാൾ സ്കൂട്ടറിൽ എന്നെ റെയിൽവെ സ്റ്റേഷനിൽ എത്തിക്കാമെന്ന് പറഞ്ഞു. രാവുണ്ണിയുടെ പത്ത് വയസ്സുള്ള മകളും അവനും കോലായിലിരുന്ന് പാമ്പും കോണിയും കളിക്കുകയായിരുന്നു. അവന്റെ വിഷമങ്ങൾ എല്ലാം മാറിയതായി എനിക്ക് തോന്നി. ഞാൻ അവനോട് പോവുകയാണെന്ന് പറഞ്ഞു. അവർ രണ്ടു പേരും എന്നെ നോക്കി കൈവീശി കാണിച്ചു. രാവുണ്ണി സ്കൂട്ടറിൽ എന്നെ റെയിൽവെ സ്റ്റേഷനിൽ എത്തിച്ചു. അയാൾ തന്നെ എനിക്ക് മംഗലാപുരത്തേക്കുള്ള ഒരു ടിക്കറ്റ് എടുത്ത് കൊണ്ടുവന്നു തന്നു. ഞാൻ പണം കൊടുക്കാനായി തുനിഞ്ഞപ്പോൾ അയാൾ അത് വാങ്ങിയില്ല. അയാളോട് യാത്ര പറഞ്ഞ് ട്രെയിൻ വരുന്നതും കാത്ത് പ്ലാറ്റ്ഫോമിലെ സിമൻറ് ബെഞ്ചിലിരുന്നു.

ട്രെയിൻ ഒരു മണിക്കൂറോളം വൈകിയാണ് ഓടുന്നതെന്ന് അറിയിപ്പ് വന്നു. സ്റ്റേഷനിൽ തിരക്ക് കുറവായിരുന്നു. ഞാൻ പോക്കറ്റിൽ നിന്നും ചാർമിനാർ എടുത്തു തീ കൊളുത്തി വലിച്ച് വിട്ടുകൊണ്ടിരുന്നു. അല്പസമയം കഴിഞ്ഞപ്പോൾ ഒരു വലിയ ബാഗും തൂക്കി ഒരു പെൺകുട്ടി എന്റെ അരികിൽ

വന്നിരുന്നു. ഇരുപത്തഞ്ച് വയസ്സ് പ്രായം തോന്നിക്കുന്ന അവൾ എന്നെ നോക്കി പുഞ്ചിരിച്ചു. എന്റെ അരികിൽ അവൾ ആ ബാഗ് വച്ചു. അവളെ കണ്ടപ്പോൾ വെണ്ണിലത്തെ ചായക്കടയിലെ പാൽക്കാരി പെൺകുട്ടിയെപ്പോലെ തോന്നി. അവളെക്കാളും വെളുത്തിട്ടാണെന്ന് മാത്രം.

"ചേട്ടനെങ്ങോട്ടേക്കാ?" അവൾ സംസാരത്തിന് തുടക്കമിട്ടു.

" മംഗലാപുരത്തേക്ക് ''

"ഒരുപകാരം ചെയ്യുമോ?" അവൾ ഒരപേക്ഷ പോലെ ചോദിച്ചു.

" കഴീന്നതാണെ, ചെയ്യാം''

''ഈ ബാഗ് ഒന്ന് നോക്ക്വോ?, എനിക്ക് ഒരു സാധനം വെളീന്നും വാങ്ങാണ്ട്, ഇതും താങ്ങി പിടിച്ച് നടക്കാനാവായിട്ടാ" അവൾ ഈ ചെറിയ സഹായം എന്നിൽ നിന്നും പ്രതീക്ഷിച്ച് കൊണ്ട് പറഞ്ഞു.

"അപരിചിതരെ അങ്ങനെ വിശ്വസിക്കരുത് " ഞാൻ ഒരു ഉപദേശകനായി.

"നിക്ക് ങ്ങളെ വിശ്വാസാ" ഇതും പറഞ്ഞ് അവൾ വേഗത്തിൽ പുറത്തേക്ക് നടന്നു. അവൾ ഒരു ഹാഫ് സാരിയാണ് ധരിച്ചിരിക്കുന്നത്. മെലിഞ്ഞ ശരീര പ്രകൃതിയിൽ ആ വേഷം നന്നായിണങ്ങുന്നത് പോലെ തോന്നി. ഞാൻ ബാഗ് എന്റെ അരികിലേയ്ക്ക് നീക്കിവച്ചു. വിചാരിച്ചതിനേക്കാളും ഭാരം അതിനുണ്ടായിരുന്നു. ഇതിനകത്ത് ഇവൾ വല്ല അമ്മിക്കുട്ടിയോ മറ്റോ ആണോ കൊണ്ടു നടക്കുന്നതെന്ന് ചിന്തിച്ചു. സമയം പാളം പോലെ വീണ്ടും നീണ്ടു കിടന്നു. അവൾ പോയിട്ട് അര മണിക്കൂറെങ്കിലും ആയിക്കാണും. ഞാൻ ചെറിയ തോതിൽ അസ്വസ്ഥനാവാൻ തുടങ്ങി. ട്രെയിൻ വരുന്നതിന്റെ അറിയിപ്പ് വന്ന് തുടങ്ങി. ഈ ബാഗ് അവൾ വന്നില്ലെങ്കിൽ എന്ത്

ചെയ്യും. വരാതിരിക്കില്ല; ഞാൻ സ്വയം ആശ്വസിച്ചു. അല്പസമയം കഴിഞ്ഞപ്പോൾ ട്രെയിനിന്റെ ചൂളമടി കേട്ടു തുടങ്ങി. വൈകാതെ അത് വലിയൊരു ശബ്ദത്തോടെ ഒരു ഭീകരജീവിയെപ്പോലെ എന്റെ മുന്നിൽ നിന്നമറി. ഞാൻ എഴുന്നേറ്റ് ചുറ്റുപാടും നോക്കി. അവൾ പോയ വഴിയിലേക്ക് കുറച്ച് മുന്നോട്ട് നടന്നു നോക്കി. ഇല്ല അവൾ മാത്രം ഇല്ല. അപ്പോഴേക്കും ആളുകൾ സ്റ്റേഷനിൽ സജീവമായിക്കഴിഞ്ഞു. എല്ലാ മാരണങ്ങളും എന്നെ തേടി വരുന്നതെന്താണാവോ ഈശ്വരാ എന്ന് ഞാൻ നെടുവീർപ്പിട്ടു. ട്രെയിൻ, വിടാനുള്ള തയ്യാറെടുപ്പുകൾ തുടങ്ങിക്കഴിഞ്ഞു. അല്പസമയത്തിനുള്ളിൽ അത് പുറപ്പെടും. ഞാൻ എന്ത് ചെയ്യണമെന്നറിയാതെ കുഴങ്ങി. ബാഗ് ഇവിടെയിട്ട് വണ്ടിയിൽ കയറുന്നതാവും ബുദ്ധി. ഞാൻ ഒന്നു കൂടെ അവൾ പോയ വഴിയിലേക്ക് നോക്കി. എവിടെ നിന്നോ അവൾ ഒരു കാറ്റ് പോലെ പാഞ്ഞ് വന്ന് ബാഗും എടുത്ത്, ഒരു നന്ദി വാക്ക് പോലും പറയാതെ ട്രെയിനിനകത്തേക്ക് ചാടിക്കയറി. അവളുടെ ആ പെരുമാറ്റം എനിയ്ക്ക് തീരെ ഇഷ്ടമായില്ല. അവൾക്ക് പിന്നാലെ ഞാനും അതിൽ ഒരു വിധം കയറിക്കൂടിയപ്പോഴേക്കും ട്രെയിൻ നീങ്ങാൻ തുടങ്ങി. അതൊരു സാദാ സെക്കന്റ് ക്ലാസ് കമ്പാർട്ട്മെന്റായിരുന്നു. എല്ലാ സീറ്റിലും ആളായി കഴിഞ്ഞിട്ടുണ്ട്. ഞാൻ ഒരു സീറ്റിൽ ചാരി മുകളിലെ ബർത്തും പിടിച്ച് നിന്നു. അതിനു മുകളിലായി കിടക്കുന്ന തമിഴനണ്ണാച്ചി എന്നെ നിർവികാരനായി നോക്കി. അപ്പോൾ എവിടെ നിന്നോ ആ പെൺകുട്ടി വേഗത്തിൽ എന്റെ അടുത്തേക്കെത്തി. അവൾ എന്റെ കൈയിൽ വന്ന് പിടിച്ചു.

"വേഗം വാ സീറ്റവിടെണ്ട് " അവൾ ധൃതിയിൽ പറഞ്ഞു.

ഞാൻ അമ്പരന്ന് കൊണ്ട് അവളോടൊപ്പം നടന്നു. ഒരു സീറ്റിൽ ബാഗ് കിടത്തിയിട്ട് അവൾ സീറ്റ് പിടിച്ച് വച്ചിട്ടുണ്ട്.

"ദാ ഇവ്ടെ " അവൾ ചൂണ്ടിക്കാണിച്ച സ്ഥലത്ത് ഞാൻ ഇരുന്നു. ബാക്കിയുള്ള ചെറിയ സ്ഥലത്ത് അവൾ ബാഗ് മാറ്റിക്കൊണ്ട് തിങ്ങിയിരുന്നു. പെട്ടെന്ന് അങ്ങനെയിരുന്നപ്പോൾ അവളുടെ മാർദ്ദവമേറിയ മാറിടം എന്റെ തോളിലുരസിയെങ്കിലും ഒന്നും സംഭവിക്കാത്ത മട്ടിൽ അവൾ അവിടെയമർന്നിരുന്നു.

ട്രെയിനിന്റെ വേഗത ഓരോ നിമിഷവും കൂടിക്കൊണ്ടിരുന്നു. അത് ചിറകുകൾ വിരിച്ച് പറക്കാനൊരുങ്ങുന്ന പോലെ തോന്നി. അതിന്റെ ഇളകിയാട്ടത്തിൽ ഞങ്ങളിരുവരും ഒട്ടിയിരുന്നു. നാലഞ്ച് സ്റ്റേഷനുകൾ പിന്നിട്ടപ്പോൾ തിരക്ക് കുറച്ച് കുറഞ്ഞു. പിന്നീട് ഞങ്ങൾക്ക് നന്നായി ഇരിക്കാവുന്ന തരത്തിലായി. ചായ വില്ക്കുന്ന ഒരാൾ വന്നപ്പോൾ അവൾ രണ്ട് ചായ പറഞ്ഞു. ഞാൻ വേണ്ട എന്നർഥത്തിൽ അയാളോട് തലയാട്ടിയപ്പോൾ അവൾ ചിരിച്ച് കൊണ്ട് പറഞ്ഞു.

"കുടിക്കൂന്നേ, ഇതെന്റെ വക".

ഞാനും ചിരിച്ചു കൊണ്ട് പറഞ്ഞു ,

"ബാഗ് സൂക്ഷിപ്പ്കാരന്". അവൾ പൊട്ടിച്ചിരിച്ചു.

"ഞാൻ കരുതി, ഇങ്ങള് ബാഗാടെട്ട് വണ്ടീ കേറീന്ന് "

" ഇല്യ, അങ്ങനെ ചെയ്യണത് ശര്യല്ലല്ലോ."

"ഞാഞ്ചെലപ്പം അങ്ങനെ ചെയ്യും"

"പെൺകുട്ട്യോള് ചെയ്യും'' ഞാൻ ചായക്കാരനിൽ നിന്നും ചായ ഏറ്റു വാങ്ങിക്കൊണ്ട് പറഞ്ഞു.

''ചെല ആൺകുട്ട്യോളും ചെയ്യും" അവൾ പേഴ്സിൽ നിന്നും പൈസ എടുക്കുന്നതിനിടയിൽ പറഞ്ഞു.

"ഉം, ചെല പെൺകുട്ട്യോള് ചെയ്യില്ലായിരിക്കും" ചൂടുള്ള ചായ ചുണ്ടിൽ തട്ടിയ പൊള്ളലിൽ നിന്നും ഞാൻ പറഞ്ഞു.

ഞങ്ങളുടെ സംസാരം കേട്ട ചായക്കാരൻ ഒരു ചെറു ചിരിയോടെ പറഞ്ഞു.

" ഇങ്ങള് അടി കൂടണ്ട,ആണിലും പെണ്ണിലുംണ്ട് നല്ലേം, ചീത്തേം "

അയാളുടെ മഹത്തായ ഉദ്ധരണിയോടെ ആ സംസാരത്തിന് യവനിക വീണു.

കുറെ സമയത്തേക്ക് ഞങ്ങൾ ഒന്നും സംസാരിച്ചില്ല. ട്രെയിൻ ഏതോ ഒരു സ്റ്റേഷനിൽ നിർത്തിയപ്പോൾ ചെറുമയക്കത്തിന്റെ പിടിയിലകപ്പെട്ട എന്നെ അവൾ പതിയെ ഒന്നു തൊട്ടു കൊണ്ട് വിളിച്ചു. ഞാൻ കണ്ണുകൾ തുറന്നു.

" ഒന്ന് ബാത്ത് റൂമിൽ പോയി വരാം....ന്റെ ബാഗ് " അവൾ പാതിയിൽ നിർത്തി.

ഞാൻ പൊയ്ക്കോ എന്ന് കൈ കൊണ്ട് ആംഗ്യം കാണിച്ചു.

ആളുകൾ അപ്പോഴേക്കും വളരെ കുറഞ്ഞിരുന്നു. ഇര വിഴുങ്ങിയ പെരുമ്പാമ്പ് ദഹിക്കാത്ത ഇരയെ തികട്ടി കളയുമ്പോലെ അത് ആളുകളെ വഴി നീളെ ഇറക്കിവിട്ടു കൊണ്ടിരുന്നു. ആ സ്റ്റേഷനിൽ നിന്നും ട്രെയിൻ മുന്നോട്ട് നീങ്ങി. അതിന്റെ പതിവ് താളത്തിൽ വേഗമാർജിക്കാൻ തുടങ്ങി. അര മണിക്കൂറിൽ ഏറെയായിട്ടും അവളെ കാണാത്തതിൽ ഒരു ചെറിയ പരിഭ്രമം എന്നിൽ കാർമേഘം പോലെ ഉരുണ്ടുകൂടാൻ തുടങ്ങി. ഞാൻ സീറ്റിൽ നിന്നുമെഴുന്നേറ്റ് ബാത്ത് റൂമിന്റെ സൈഡിലേക്ക് നടന്നു.

പുറത്തേക്കുള്ള ഡോറിന് സമീപമുള്ള കമ്പിയിൽ പിടിച്ച് അവൾ പടികൾക്കരികെ വെളിയിലേക്ക് നോക്കി നിൽക്കുന്നതാണ് ഞാൻ കണ്ടത്. അവളുടെ മുടിയിഴകൾ ട്രെയിന്റെ വേഗതയിൽ പാറിപ്പറക്കുന്നുണ്ട്. അവളുടെ മുഖത്ത് ദു:ഖം തളം കെട്ടി നിൽക്കുന്നതായി എനിക്ക് തോന്നി. എന്നെ കണ്ടപ്പോൾ അവൾ തിടുക്കത്തിൽ സീറ്റിനരികിലേയ്ക്ക് പോയി. ഞാൻ കുറച്ച് നേരം അവൾ നിന്ന പോലെ പുറത്തേക്ക് നോക്കി നിന്നു. കാറ്റിന്റെ

ശക്തിയിൽ താഴോട്ട് വീണുപോകുമെന്ന് എനിക്ക് തോന്നി. ഇതേ സ്ഥലത്ത് ഒരു പേടിയുമില്ലാതെ കുറെ നേരം അവൾ നിന്നതാലോചിച്ചപ്പോൾ അതിശയം തോന്നി. ഞാൻ തിരിച്ച് സീറ്റിലേക്ക് പോയിരുന്നു.

"നല്ലയാളെയാ ബാഗ് സൂക്ഷിക്കാനാക്ക്യേ" അവൾ ചെറുചിരിയോടെ പറഞ്ഞു.

" അത് പിന്നെ, ആളെ കാണാണ്ടായപ്പോ..." ഞാൻ അർദ്ധോക്തിയിൽ നിർത്തി.

"ട്രയിനീന്ന് ചാടീന്ന് വിചാരിച്ചോ?"

"ഏയ്, അതല്ല "

"പിന്നെ "

" കാണാത്തോണ്ട് വന്ന് നോക്കീതാ "

അവൾ മുഖം കുനിച്ചിരുന്ന് ചെറുതായൊന്ന് വിതുമ്പി. കാരണമറിയാതെ ഞാൻ ആകെ അസ്വസ്ഥനായി. മറ്റു യാത്രക്കാർ ശ്രദ്ധിക്കുമെന്ന് തോന്നിയപ്പോൾ ഞാൻ അവളുമായി പിന്നീട് കൂടുതലൊന്നും സംസാരിച്ചില്ല. തൊട്ടടുത്ത സ്റ്റേഷനിൽ വണ്ടി നിർത്തിയപ്പോൾ ഞങ്ങളിരുന്ന സ്ഥലത്തെ എല്ലാവരും ഇറങ്ങിപ്പോയി. ഞാനും അവളും മാത്രമായപ്പോൾ ഞാൻ പതിയെ ചോദിച്ചു.

" ഞാൻ വിഷമിപ്പിക്കുന്ന എന്തേലും പറഞ്ഞോ?"

അവൾ ഇല്ല എന്നർത്ഥത്തിൽ തലയാട്ടി.

"പിന്നെ കണ്ണു നിറഞ്ഞതെന്തിനാ? "

"നിങ്ങളപ്പോൾ വന്നില്ലായിരുന്നെങ്കിൽ ഞാൻ ഒരുപക്ഷേ... ചാടിയേനെ" അവൾ വീണ്ടും വിതുമ്പി. ആ മറുപടിയിൽ എന്റെ മനസ്സ് വല്ലാതെ പിടഞ്ഞു. അങ്ങിനെയൊരവിവേകം ഞാനൊരിക്കലും അവളിൽ നിന്ന് പ്രതീക്ഷിച്ചിരുന്നില്ല. എങ്ങനെയാണ് അവളെ ആശ്വസിപ്പിക്കേണ്ടതെന്നറിയാതെ ഞാൻ വിങ്ങിയെങ്കിലും, ധൈര്യം സംഭരിച്ച് ഞാൻ അവളുടെ തോളിൽ

പതിയെ തട്ടിക്കൊണ്ട് പറഞ്ഞു.
"കരയാതിരിക്കൂ, ആളുകൾ ശ്രദ്ധിയ്ക്കും"
അവൾ പെട്ടെന്ന് കരച്ചിൽ നിർത്തി. കണ്ണുകൾ തുടച്ചു.
"ന്താ പേര് " ഞാൻ സാവധാനം ചോദിച്ചു.
" അമ്പിളി''
''ല്ലാർക്കും ഓരോ പ്രശ്നങ്ങളുണ്ടാകും അമ്പിളീ, പക്ഷേ അതൊക്കെ തരണം ചെയ്യാൻ ശക്തീണ്ടാവണം"
"ഇങ്ങക്ക് ന്റെ പ്രശ്നം അറിഞ്ഞൂടാത്തോണ്ടാ "
വീണ്ടും അവൾ കരയുമെന്ന് ഭയന്ന് ഞാൻ ഒന്നും പറഞ്ഞില്ല. അപ്പോഴേക്കും രണ്ട് കന്നഡക്കാർ ഞങ്ങൾക്കരികിലേയ്ക്ക് വന്നിരുന്ന് ഉറക്കെ കന്നഡയിൽ സംസാരിക്കാൻ തുടങ്ങി. അതിലൊരു തടിയൻ അവളെ തുറിച്ച് നോക്കുന്നുണ്ടായിരുന്നു. അപ്പോൾ ഞാൻ അവളുടെ അടുത്തേയ്ക്ക് അല്പം നീങ്ങിയിരുന്നു.

9

അധ്യായം ഒമ്പത്

രാത്രിയോടെ ട്രെയിൻ മംഗലാപുരത്ത് എത്തി. എനിക്കരികിൽ ഇരുന്ന് ഉറങ്ങുന്ന അമ്പിളിയെ ഞാൻ തട്ടി വിളിച്ചു. അപ്പോഴേക്കും ഏകദേശം എല്ലാവരും ഇറങ്ങിക്കഴിഞ്ഞിരുന്നു. അവൾ കണ്ണുകൾ തിരുമ്മിക്കൊണ്ട് ചോദിച്ചു.

"എവ്ടെത്തി"

"മംഗലാപുരം "

" എനിക്ക് ഇങ്ങളൊരു സഹായം ചെയ്യോ?"

"ബാഗ് നോക്കാനായിരിക്കും " ഞാൻ ചിരിച്ച് കൊണ്ട് പറഞ്ഞു.

" ബാഗും നോക്കണം, എന്നേം നോക്കണം, ന്താ പറ്റ്വോ?" ഇത് കേട്ട് ഞാനാദ്യം ഒന്നമ്പരന്നെങ്കിലും അവളുടെ ഒരു തമാശ പോലെ ഞാനതിനെ എടുത്തിട്ട് പറഞ്ഞു.

"ബാഗ് വേണെ ഞാനെടുത്തോളാം, വാ ഇറങ്ങാം "ഞാൻ ബാഗിന്റെ വള്ളിയിൽ പിടിച്ചു. അവൾ എന്റെ കൈയിൽ പിടിച്ച് കൊണ്ട് പറഞ്ഞു.

"അപ്പോ, ഇങ്ങള് ന്റെ ആരും അല്ലാ?, ഞാൻ ചത്താലും ഇങ്ങക്ക് ഒന്നുംല്യാല്ലേ?"

അവളുടെ ഈ മറുപടിയെന്റെ സകല ഇന്ദ്രിയങ്ങളെയും തളർത്തിക്കളഞ്ഞു. ഇവളെ ഒറ്റയ്ക്ക് ഇവിടെ നിർത്തിയാലും പ്രശ്നമാണ്. വല്ല അവിവേകമോ മറ്റോ കാണിച്ചാലോ?എനിക്കാണെങ്കിൽ ആ സ്ഥലം ഒട്ടും പരിചയവും ഇല്ല. രണ്ടും കല്പിച്ച് ഞാൻ പറഞ്ഞു.

"ല്ലാത്തിനും വഴിണ്ടാക്കാം യ്യി വാ "

അവളുടെ ബാഗുമെടുത്ത് ഞാനിറങ്ങി. അവൾ എന്റെ പിറകെയിറങ്ങി. അടുത്ത് കണ്ട സിമന്റ് ബെഞ്ചിൽ ഞാൻ ഇരുന്നു. അവൾ എന്റെ അരികിലായി വന്നിരുന്നു. ട്രെയിൻ അപ്പോഴേക്കും ഞങ്ങളുടെ മുന്നിൽ നിന്നും ചൂളമടിച്ച് ഓടിപ്പോയി.

"ശരിക്കും നെനക്കെങ്ങോട്ടാ പോണ്ടെ?"

ഞാൻ സാവധാനം ചോദിച്ചു.

"എനിക്കങ്ങിനൊരിടമില്ല" അവൾ നിർവികാരത്തോടെ പാളത്തിലേക്ക് നോക്കി പറഞ്ഞു. എനിക്ക് അവിടെ അവളെ ഉപേക്ഷിക്കാൻ മനസ്സ് വന്നില്ല. അവളുടെ ചിന്തകൾ പ്രക്ഷുബ്ധമാണ്. ഒരു ജീവൻ ഞാൻ കാരണം പൊലിയാൻ പാടില്ല. എവിടെ നിന്നോ വന്ന് കയറിയ ഇവളിപ്പോൾ സംരക്ഷിക്കപ്പെടേണ്ടത് എന്നിലൂടെയാകാം. അവളുടെ ചൂട് പിടിച്ച മനസ്സ് തണുക്കുമ്പോൾ എല്ലാം പറഞ്ഞ് ബോധ്യപ്പെടുത്തി നാട്ടിലേയ്ക്ക് തിരിച്ചയക്കാം. അല്ലങ്കിലും കഴിഞ്ഞ കുറെ ദിവസങ്ങളായി സംഭവിക്കുന്നതൊന്നും ഞാൻ മുൻകൂട്ടി ആസൂത്രണം ചെയ്തത് പോലെയല്ലല്ലോ? ആകസ്മികതകളുടെ പെരുമഴയത്ത് എന്തിന് ഇവളെ മാത്രം നനയാൻ വിടണം. എന്റെ കുടക്കീഴിൽ ഇത്തിരി അഭയം കൊടുത്താൽ നാളെ സൂര്യനൊന്നും ഉദിക്കാതിരിക്കില്ലല്ലോ? പക്ഷേ ഈ രാത്രിയിൽ ഇവളെയും കൊണ്ട് എങ്ങോട്ട് പോകും? അപ്പോഴാണ് രാവുണ്ണിയേട്ടൻ തന്ന അഡ്രസ്സിന്റെ കാര്യം ആലോചിച്ചത്. അവളെയും കൂട്ടി ഞാൻ റെയിൽവെ

സ്റ്റേഷനിൽ നിന്നും ഒരു ഓട്ടോയിൽ കയറി. ഓട്ടോക്കാരനോട് അഡ്രസ്സ് പറഞ്ഞപ്പോൾ അയാൾക്ക് വലിയ താല്പര്യമൊന്നും തോന്നിയില്ല. അതിലുള്ള റെയിൽവെ ക്വാർട്ടേഴ്സ് വളരെ അടുത്തായിരുന്നു. അത് ചെറിയ ഒരു താമസസ്ഥലമായിരുന്നു. അയാളുടെ പേര് രങ്കൻ എന്നായിരുന്നു. അയാളും ഭാര്യയും രണ്ട് പെൺകുട്ടികളും ഉറങ്ങാൻ തയ്യാറെടുക്കവെയാണ് അവിടെ ഞങ്ങളെത്തിയത്. ഷൊർണ്ണൂരിലുള്ള രാവുണ്ണി പറഞ്ഞിട്ടാണ് വന്നതെന്ന് പറഞ്ഞപ്പോൾ അയാൾക്ക് സന്തോഷമായി. അമ്പിളിയെ നോക്കി അയാൾ ചോദിച്ചു.

"യാരിത്, പൊണ്ടാട്ടിയാ?"

"ആമ" ഞാൻ അറിയുന്ന ചില തമിഴ് വാക്കുകൾ എടുത്തിട്ടു. അപ്പോഴേക്കും അയാളുടെ മലയാളിയായ ഭാര്യ ഇടപെട്ടു.

" ഇങ്ങോട്ട് കേറിക്കോളൂ"

ഞങ്ങളിരുവരും ആ ചെറിയ വീട്ടിൽ കയറിയപ്പോഴേക്കും അത് ഒന്നുകൂടി ചുരുങ്ങിയതായി തോന്നി.

"ശാപ്പാട്?" അയാൾ പാതിയിൽ നിർത്തി.

"മുടിഞ്ചാച്ച്"ഞാൻ അറിയാവുന്ന പോലെ പൂരിപ്പിച്ചു. എന്റെ മറുപടി കേട്ടപ്പോൾ അയാൾ വെളുക്കെ ചിരിച്ചു.

അയാളുടെ ചെറിയ പെൺകുട്ടികൾ പരസ്പരം കന്നഡയിൽ എന്തൊക്കെയോ പറഞ്ഞു. സമ്മിശ്ര ഭാഷകൾക്കിടയിൽ അമ്പിളി അമ്പരന്ന് നിന്നു. അതിൽ ഒരു പെൺകുട്ടി അമ്പിളിയുടെ കൈയിൽ പിടിച്ച് ചോദിച്ചു.

" നിമ്മ ഹെസര ഏനു?" അവൾ ചോദ്യം കേട്ട് അന്തം വിട്ട് നിന്നപ്പോൾ ഞാൻ പറഞ്ഞു.

"അമ്പിളി "

അപ്പോഴേക്കും മൂത്ത പെൺകുട്ടി ഇടപെട്ടു, എന്നോട് ചോദിച്ചു.

"നിമ്മഗ് കന്നഡ ഗൊത്തായിത്ത?"

"സ്വല്പ സ്വല്പ മാത്താടും" ഞാൻ പറഞ്ഞൊപ്പിച്ചു.

അവൾ രണ്ട് കസേര നീക്കിയിട്ട് പറഞ്ഞു.

"ഈക്കട കൂത്ത് കൊള്ളി"

ഞാനതിലിരുന്നു. അമ്പിളിയോട് ഇരിക്കാൻ ഞാൻ ആംഗ്യം കാണിച്ചു. അപ്പോഴേക്കും രങ്കൻ പുറത്തേക്ക് പോയിരുന്നു. പെൺകുട്ടികൾ നിലത്ത് വിരിച്ച പായയിൽ കിടന്നു. ആ സ്ഥലത്ത് എവിടെ കിടക്കുമെന്നറിയാതെ ഞാൻ ചുറ്റും നോക്കി . അയാളുടെ ഭാര്യ അപ്പോഴേക്കും ഞങ്ങൾക്ക് കട്ടൻ ചായയും നേന്ത്രപ്പഴവും തന്നു. എനിക്ക് നല്ല വിശപ്പുണ്ടായിരുന്നു. പുറത്ത് നിന്ന് ഒന്നും കഴിക്കാതെ വന്നത് ശരിയായില്ല എന്ന് തോന്നി.

"രങ്കൻ എവ്ടെപ്പോയി "ഞാൻ ചായ കുടിച്ച് കൊണ്ട് ചോദിച്ചു.

"ഓ, മൂപ്പരിപ്പം വരും, അടുത്ത ക്വാട്ടേഴ്സിലാളില്ല,ഓര് നാട്ടിൽ പോയതാ, ഇന്ന് തല്ക്കാലം നിങ്ങക്ക് ആടെ നിക്കാം" അവർ പറഞ്ഞപ്പോഴാണ് അല്പമാശ്വാസമായത്. ഞാൻ അമ്പിളിയെ നോക്കിയപ്പോൾ അവൾക്ക് പ്രത്യേകിച്ച് ഒരു ഭാവമാറ്റവും അവരുടെ മറുപടി കേട്ടപ്പോൾ ഉണ്ടായില്ല. അര മണിക്കൂറിനുള്ളിൽ രങ്കൻ തിരിച്ച് വന്നു. കൈയിൽ വലിയ ഒരു ടിഫിൻ പാത്രത്തിൽ ഭക്ഷണവും ഉണ്ടായിരുന്നു.

ഞങ്ങൾ അയാളോടൊപ്പം നടന്നു. അയാൾ ആ ക്വാട്ടേഴ്സ് തുറന്ന് ലൈറ്റുകൾ തെളിച്ചു.

ആ പഴയ ക്വാർട്ടേഴ്സിൽ ഒരു ബെഡ്റൂമും അടുക്കളയും ചെറിയ കോലായും മാത്രമേ ഉണ്ടായിരുന്നുള്ളൂ. പല ഭാഗത്ത് നിന്നും പെയിന്റിളകി തറയിൽ വീണു കിടന്നു. എട്ടുകാലികൾ ഓരോ മൂലയിലും ഇരയെ പ്രതീക്ഷിച്ച് വലിയ വലകളിൽ ഉറക്കം തൂങ്ങിയിരുന്നു. വിള്ളലു വീണ മതിലുകളിൽ കൂറകൾ കോളനികൾ സ്ഥാപിച്ച് വാഴ്ച തുടങ്ങിയിട്ടുണ്ട്. ഒരു ചെറിയ

കട്ടിലിൽ നിറയെ തുണികൾ വലിച്ച് വാരിയിട്ടിട്ടുണ്ട്. അതിൽ നിന്നും ഭാര്യയും ഭർത്താവും മാത്രമാണ് അവിടെയുണ്ടായിരുന്നതെന്ന് ഞാനൂഹിച്ചു. രങ്കൻ ഞങ്ങളുടെ കൈയിൽ വീടിന്റെ താക്കോലും തന്ന് ഒരു ഗുഡ് നൈറ്റും പറഞ്ഞ്, തമിഴ് സിനിമാ ഗാനവും മൂളിക്കൊണ്ട് തിരിച്ച് പോയി. അപ്പോഴേക്കും അയാളുടെ ഭാര്യ രണ്ട് പ്ലേറ്റും, ഒരു ജഗ്ഗിൽ കുടിവെള്ളവും, ഒരു ബെഡ്ഷീറ്റുമായി എത്തി. അവർ ഇതെല്ലാം അമ്പിളിയെ ഏല്പിച്ച്, പുറത്തെ പൈപ്പിൽ വെള്ളമുണ്ട് എന്നറിയിപ്പും നല്കി മടങ്ങിപ്പോയി. ഞാൻ പൈപ്പിൽ നിന്നും ഒരു ബക്കറ്റിൽ വെള്ളമെടുത്ത് കെയ്യും മുഖവും കഴുകി. അമ്പിളി അപ്പോഴേക്കും പച്ചരിയുടെ ചോറും സാമ്പാറും പപ്പടവും അച്ചാറുമെല്ലാം രണ്ട് പ്ലേറ്റിലും വിളമ്പി അവിടെയുള്ള ചെറിയ മേശമേൽ റെഡിയാക്കി വെച്ചിരുന്നു. അത് രണ്ടു പേർക്കും മതിയാവോളം കഴിക്കാവുന്നത്രയും ഉണ്ടായിരുന്നു. ഭക്ഷണം കഴിഞ്ഞപ്പോൾ ഞാൻ പുറത്തേക്കിറങ്ങി ഒരു ചാർമിനാറിന് തീ കൊളുത്തി ആഞ്ഞു വലിച്ചു. അവൾ പാത്രവും മറ്റും കഴുകി അടുക്കളയിലെ മൂലയിൽ കമിഴ്ത്തി വെച്ചു. ഞാൻ ബെഡിലെ തുണികളെല്ലാം എടുത്ത് ഒരു കസേരയുടെ മുകളിലേയ്ക്ക് വച്ചു. ബെഡ്ഷീറ്റ് എടുത്ത് വിരിച്ചു. കട്ടിലിനടിയിൽ ഉണ്ടായിരുന്ന ഒരു പുല്പായ എടുത്ത് കോലായിൽ കൊണ്ടിട്ടു. അയലിൽ കിടന്ന അലക്കിയ ലുങ്കിയെടുത്ത് അതിന്മേൽ വിരിച്ചു, അതിൽ കിടന്നു. അമ്പിളി അടുക്കളയിൽ നിന്നും വരുമ്പോഴേക്കും ഞാൻ ഇത്രയും ചെയ്തു കഴിഞ്ഞു.

"ന്താ ഇവ്ടെ കെടക്കുന്നേ?, റൂമിൽ സ്ഥലണ്ടല്ലോ " അവൾ എന്റെയരികിൽ വന്ന് പറഞ്ഞു.

" അമ്പിളി, ആടെ കെടന്നോ, എനിക്ക് വീണ്ടെടം വിഷ്ണുലോകാ"

"അത് ,പറ്റില്ല്യ; ഇങ്ങള് ആ കട്ടിലിൽ കെടന്നോളൂ, ഞാൻ ആടെ താഴെ കെടന്നോളാം"

"നീ, വാശി പിടിക്കാതെ, പോയി കെടക്ക് "

"ഇല്ല്യ, ഇത് ശരിയാവൂല,ന്നാ ഞാനും ഇവ്ടെ കെടക്കാ" അവൾ ഒട്ടും സമ്മതിക്കാത്ത മട്ടിൽ പറഞ്ഞു.

" ശരി, ന്നാ വാ, നീ കട്ടിലില് കെടക്ക്, ഞാൻ ഇവ്ടെ താഴെ കെടന്നോളാം" അതും പറഞ്ഞ് ഞാൻ ആ പുല്പായ ആ മുറിയുടെ മതിലിനോട് ഓരം പറ്റിക്കൊണ്ട് വിരിച്ചു, അതിൽ കിടന്നു. ഞങ്ങളെ നോക്കി, ഇളിച്ച് കാണിച്ച് നിറം മങ്ങിയ പഴയ ബൾബ് മുനിഞ്ഞ് കത്തിക്കൊണ്ടിരുന്നു.

" ലൈറ്റ് ഓഫ് ആക്കണോ" ഞാൻ ചോദിച്ചു.

"വേണ്ട കുറച്ച് കഴിയട്ടെ " അവൾ കട്ടിലിൽ കിടന്നു. അത് ചെറുതായൊന്നു മോങ്ങി. അതിലുണ്ടായിരുന്ന ഒരു തലയണയെടുത്ത് എന്റെയരികിലേക്ക് ഇട്ടു കൊണ്ട് പറഞ്ഞു.

"എനിക്ക് തലയണ പതിവില്ല"

അതൊരു പച്ചക്കളവാണെന്ന് എനിക്ക് തോന്നിയെങ്കിലും ഞാൻ അതെടുത്ത് എന്റെ തലയ്ക്കടിയിൽ വെച്ചു. എനിക്കിതില്ലാതെ ഉറങ്ങാനെ പറ്റുമായിരുന്നില്ല. എന്നാലും അവളെടുത്തോട്ടെ എന്ന് കരുതിയിരുന്നതായിരുന്നു.

"ഇങ്ങക്ക് ആകെ ബുദ്ധിമുട്ടായീല്ല്യേ" അവൾ എന്നെ നോക്കിക്കൊണ്ട് ചോദിച്ചു.

"അതൊന്നും സാരല്ല്യ, മനുഷ്യനല്ലേ മനുഷ്യനെ സഹായിക്കാനാവൂ"

"ഉം" അവൾ മൂളി.

അപ്പോൾ ഒരു ട്രെയിൻ ചൂളം വിളിച്ച് ഹുങ്കാരത്തോടെ കടന്ന് പോയി. റെയിൽവെ പാളം വളരെ അരികിലാണെന്ന സത്യം ഒരു ഞെട്ടലോടെ ഞാനറിഞ്ഞു. ഞാൻ എഴുന്നേറ്റ് കോലായിലെ കതക് താക്കോലുപയോഗിച്ച് പൂട്ടിയിട്ട് എന്റെ

പോക്കറ്റിലിട്ടു, വന്നു കിടന്നു.

"വാതില് നല്ലോണം പൂട്ടീല്ലേ?" ഞാൻ തിരികെ പായയിൽ വന്ന് കിടന്നപ്പോൾ അവൾ ചോദിച്ചു.

" ഉം, പരിചയല്ല്യാത്ത സ്ഥലല്ലേ?"

"ആ...പരിചയമില്ലാത്ത ആളും" അവൾ കുണുങ്ങിച്ചിരിച്ചു.

"തന്റെ ധൈര്യം സമ്മതിച്ചു "

"അതെന്താ?"

"അല്ലാ, പരിചയല്ല്യാത്ത ഒരാളുടെ കൂടെ "

"എനിക്ക് ആൾക്കാരെ മനസ്സ് വായിക്കാം"

" ആണോ, അപ്പോ ന്റെ മനസ്സും വായിച്ചോ?"

"അതോണ്ടല്ലേ, ഒരു മുറീ കെടക്കുന്നേ "

പിന്നെ കുറച്ച് നേരം ഞാനൊന്നും പറഞ്ഞില്ല. ഇടയ്ക്ക് വിളിക്കാതെ വന്ന ഒന്നുരണ്ട് കൊതുകുകൾ ചെവിയിൽ നാദസ്വര കച്ചേരി നടത്തിക്കൊണ്ടിരുന്നു. അതിലൊന്ന് എന്റെ കവിളിൽ അതിന്റെ കൂർത്ത സൂചി കുത്തിയിറക്കി. ഞാൻ വേദന കൊണ്ട് പുളഞ്ഞ്, കൈ കൊണ്ട് ആഞ്ഞടിച്ചു. അത് എങ്ങോട്ടോ പറന്നു പോയി. രണ്ട് മൂന്ന് പ്രാവശ്യം എന്റെ കയ്യാങ്കളി ആവർത്തിച്ചു. സ്വയം മുഖത്തടിച്ച് കളിക്കുന്ന എന്നെ നോക്കി അവൾ പറഞ്ഞു.

"വെറുതെ മോന്ത കേടാക്കേണ്ട "

"ഇവറ്റ ഇന്ന് ഉറങ്ങാൻ വിടൂലാന്ന് തോന്നുന്നു"

"എന്നെ കുത്തുന്നില്ലാലോ?"

"നീ പെണ്ണായതിനാലാവും"

"ന്താ പെണ്ണുങ്ങളെ പേടിയായിട്ടാണോ "

"അല്ല, പെൺകൊതുകാ രക്തം കുടിയ്ക്കാന്നാ പറയാറ്, അപ്പം സ്വന്തം വർഗത്തിനെ ഒഴിവാക്കീതായിരിക്കും "

എന്റെ മറുപടി കേട്ട് അവൾ പൊട്ടിച്ചിരിച്ചു.

" ഉം, ശരിയാ വർഗ സ്നേഹണ്ടാവും, ന്നെ കൊതുകെങ്കിലും സ്നേഹിക്കട്ടെ"

" അമ്പിളിയെ എല്ലാരും സ്നേഹിക്കും"

"ഉം, സ്നേഹിക്കും വെറുതെ .... അവരെ ഉദ്ദേശം മറ്റു പലതായിരിക്കും "

"ല്ലാത്തിലും നല്ലതും ചീത്തേല്യേ"

"ണ്ടാകും, പക്ഷേ തിരിച്ചറിയാൻ പ്രയാസാ"

"ന്നിട്ടാണോ മനസ്സ് വായിക്കുന്നാളാണെന്ന് പറഞ്ഞേ?"

"അതൊക്കെ ഇപ്പം ജീവിതം പഠിപ്പിച്ചതാ"

"ശരിക്കും, അമ്പിളി എങ്ങോട്ടാ പോണത് "

"ഞാനൊരാളെ തിരഞ്ഞ് നടക്കാ"

"ആരെ?"

"അത് പറയാൻ സമയായിട്ടില്ല"

"എന്നാ പോട്ടെ" അവൾക്കെന്നോട് വെളിപ്പെടുത്താൻ താല്പര്യമില്ലാത്ത കാര്യത്തെക്കുറിച്ച് ചോദിക്കേണ്ടിയിരുന്നില്ല എന്ന് തോന്നി.

"ലൈറ്റ്?"

"വേണ്ട, ഞാനോഫാക്കും, നിങ്ങൾ എന്തിനാ ഇവ്ടെ വന്നേ?"

"ഞാനുമൊരാളെ തിരഞ്ഞ് വന്നതാ "

"ആരെ" അവൾ തിടുക്കത്തിൽ ചോദിച്ചു. ഞാൻ മറുപടിയൊന്നും പറയാതെ, കിടന്നപ്പോൾ അവൾ ഒരു ദീർഘനിശ്വാസത്തോടെ പറഞ്ഞു.

"സമയായിട്ടുണ്ടാവില്യ അല്ലേ?"

"ഉം'' ഞാൻ മൂളി.

അകലെ റെയിൽവെ ട്രാക്കിൽ എവിടെയോ നിന്നോ നായ്ക്കൾ കടിപിടി കൂടുന്നുണ്ട്. ചീവിടുകളുടെ നിനാദം മുഴങ്ങിക്കൊണ്ടിരുന്നു. ഞങ്ങളുടെ തലയ്ക്കു മുകളിൽ ഒരു പഴയ ഫാൻ അവശനായി നിന്നു കറങ്ങി. അതിന്റെ കട കട ശബ്ദം ഒരു താരാട്ട് പാട്ടായ് കർണ്ണങ്ങളെ തഴുകിക്കൊണ്ടിരുന്നു.

" ഇങ്ങള് ഉറക്കത്തില് എണീറ്റ് നടക്യോ?"
അവൾ തിരിഞ്ഞ് കിടന്ന് എന്നെ നോക്കി ചോദിച്ചു.
" ഇല്ല, എന്തേയ് ?"
"അല്ലാ, വാതില് താക്കോലിട്ട് പൂട്ടുന്ന ശബ്ദം കേട്ട് "
"ഉം, അത് വെറുതെ "
"നന്നായി, റെയിൽ പാളം അടുത്തല്ലേ?, ഞാൻ വല്ലതും ചെയ്താ ഇങ്ങള് കുടുങ്ങും " അവളുടെ ആ പ്രസ്താവന എനിക്ക് തീരെ ഇഷ്ടമായില്ല.
" ഒരാള് ചാവാൻ ഉറപ്പിച്ചാ വന്നതെങ്കിൽ ആർക്കും തടയാമ്പറ്റില്ല്യ" ഞാൻ ശബ്ദം ഒന്ന് കനപ്പിച്ച് പറഞ്ഞു.
"ഞാൻ വെറുതെ പറഞ്ഞതാ, സോറി ''
" ഉം, ശരി ഉറങ്ങാൻ നോക്ക് "
ഞാനതും പറഞ്ഞ് ,വിരിച്ച ലുങ്കിയെടുത്ത് പാദം മുതൽ തലവരെ മൂടിക്കിടന്നു.
രാത്രിയിലെപ്പോഴോ അമ്പിളിയുടെ നിലവിളി കേട്ടാണ് ഞാൻ ഞെട്ടിയുണർന്നത് .അവൾ എന്തോ സ്വപ്നം കണ്ടതാണെന്നാണ് ഞാൻ ആദ്യം കരുതിയത്.
"എന്ത് പറ്റി, സ്വപ്നം വല്ലതും കണ്ടോ?"
അവൾക്ക് സംസാരിക്കാൻ ബുദ്ധിമുട്ടുള്ളത് പോലെ തോന്നി. കട്ടിലിൽ ഇരിക്കുന്ന അവൾ വല്ലാതെ വിറയ്ക്കുന്നുണ്ടായിരുന്നു.
" അവ്ടെ... അവ്ടെ ഒരാൾ " അവൾ കോലായുടെ ഭാഗത്തേക്ക് ചൂണ്ടിക്കാണിച്ച് പറഞ്ഞു. ഞാൻ എഴുന്നേറ്റ് കോലായിലേക്ക് പോയി നോക്കിയെങ്കിലും ആരെയും കണ്ടില്ല.
" ഇവ്ടെ ആരൂല്ല്യ, നെനക്ക് തോന്ന്യേതാവും, എന്തോ നെഴല് കണ്ടതാവും" ആ മുറിയിലുള്ള ലൈറ്റ് അപ്പോഴും കത്തുന്നുണ്ടായിരുന്നു. അവൾ പേടികാരണം ലൈറ്റ് ഓഫാക്കാതെയാണ് കിടന്നിരുന്നത്.

"ഇങ്ങനെ പേടിച്ചാലോ?, ചിലപ്പോ ആ കർട്ടൻ പാറിയപ്പോ കണ്ട് പേടിച്ചതാവും"

അവൾ അപ്പോഴും ആ ഭാഗത്തേക്ക് തന്നെ നോക്കിയിരുന്നു. ഒന്നും മിണ്ടാതെ വിറച്ചിരിക്കുന്ന അവളെ ഞാൻ ഉള്ളിൽ ചിരിയോടെയാണ് നോക്കിയതെങ്കിലും പുറത്ത് കാണിച്ചില്ല.

''നീ കെടക്കാൻ നോക്ക് അമ്പിളി" ഞാൻ അതും പറഞ്ഞ്, ലൈറ്റും ഓഫാക്കി;പഴയ പോലെ ലുങ്കിയെടുത്ത് തലയടക്കം മൂടിപ്പുതച്ചു കിടന്നു. അവളപ്പോഴും കട്ടിലിൽ ഇരിക്കുകയായിരുന്നു. കനത്ത അന്ധകാരം ആ മുറിയെ ഗ്രസിച്ചു നിന്നു. എന്റെ മൂക്കിലേക്ക് അഴുകിയ ശവത്തിന്റെ വല്ലാത്ത ദുർഗന്ധം പോലെ എന്തോ ഒന്ന് ഇരച്ച് കയറിയെത്തി. ഞാൻ പുതപ്പ് മാറ്റി ഒന്നു കൂടി മണത്തു. അപ്പോൾ അടുക്കളയിൽ നിന്നും ആരോ പ്ലേറ്റുകൾ താഴേക്കിടുന്ന വല്ലാത്തൊരു ശബ്ദം കേട്ടു .

അതു കേട്ട അമ്പിളി ഉറക്കെ നിലവിളിച്ചു. എന്റെ മനസ്സ് വല്ലാതെയൊന്ന് പിടഞ്ഞെങ്കിലും ഞാൻ ചാടി എഴുന്നേറ്റ് ലൈറ്റ് ഇട്ടു. അടുക്കളയിലേക്കോടി, തപ്പിത്തടഞ്ഞ്,അവിടെയുള്ള ലൈറ്റിട്ടു നോക്കിയപ്പോൾ പ്ലേറ്റുകളെല്ലാം യഥാസ്ഥാനത്ത് അമ്പിളി കഴുകി കമിഴ്ത്തിയ പോലെ തന്നെയുണ്ട്. പ്രത്യേകിച്ച് ഒരു മാറ്റവും അവിടെയില്ല. ഞാൻ മണം പിടിച്ചു നോക്കി. അസാധാരണമായതൊന്നും തോന്നിയില്ല. പക്ഷേ പ്ലേറ്റുകൾ വീഴുന്ന ശബ്ദം ഞാൻ ശരിക്കും കേട്ടതാണ്. അത് അടുക്കളയിൽ നിന്നു തന്നെയായിരുന്നു. എനിക്കും ചുറ്റും എന്തൊക്കെയോ ഞാനറിയാതെ സംഭവിക്കുന്നുണ്ടെന്ന് മനസ്സ് പറഞ്ഞു. ഞാൻ തിരികെ മുറിയിലേക്ക് വന്നപ്പോൾ അമ്പിളി കട്ടിലിൽ നിന്നും ചാടിയിറങ്ങി എന്റെ കയ്യിൽ പിടിച്ചു പറഞ്ഞു.

" എനിയ്ക്ക് പേടിയാവുന്നു, ഇവ്ടെ ന്തൊക്കെയോ പ്രശ്നണ്ട് "

"നീ പേടിക്കാതിരി, ചെലപ്പോ അപ്പുറത്തെ വീട്ടീന്നാവും ശബ്ദം കേട്ടത് "

ഞാൻ അവളെ ആശ്വസിപ്പിക്കാൻ പറഞ്ഞു. അവൾ തിരികെ കട്ടിലിൽ പോയിരുന്നു. ആ മുറിയ്ക്ക് വാതിലുണ്ടായിരുന്നെങ്കിൽ അടച്ച് കിടക്കാമായിരുന്നു എന്ന് ഞാൻ വെറുതെ ആശിച്ചു. നോവിച്ച് വിട്ട സർപ്പത്തെപ്പോലെ രാത്രി വീണ്ടും നീണ്ട് കിടന്നു.

" എന്റെ അടുത്തേക്ക് വന്നിരിക്ക്വോ?'' അമ്പിളിഎന്നോട് ചോദിച്ചു. അവൾ വല്ലാതെ പേടിച്ചിട്ടുണ്ട് എന്നറിയാവുന്നതിനാൽ എതിർത്തൊന്നും പറയാതെ, ഞാൻ കട്ടിലിൽ അവൾക്കരികിലായിരുന്നു. അവൾ അപ്പോഴേക്കും വല്ലാതെ വിയർത്തിരുന്നു.

"ന്താ അമ്പിളി വെള്ളം വേണോ?"

"വേണ്ട"

"ഞാൻ കാരണം ഇങ്ങളെ ഒറക്കവും പോയില്ലേ?"

"സാരല്യ, ചെലപ്പോ ഇമ്പക്ക് ഇങ്ങനൊക്കെ തോന്നും, കാര്യാക്കേണ്ട "

"ഞാൻ നേരത്തെ പറഞ്ഞത് കളവാ "

"എന്ത് ?"

"ഞാനൊരാളെ അന്വേഷിക്കാന്ന് "

" ആണോ, പിന്നെന്തിനാ ഇവ്ടെ വന്നേ?"

" എന്നെയാ ആരെക്കെയോ അന്വേഷിക്കുന്നേ"

"ആര്?"

"നേരത്തെ വന്നില്ലേ ഓര്?"

അവൾ പേടിച്ച് പിച്ചും പേയും പറയുന്നതാണെന്ന് ഞാൻ കരുതി. കുറച്ച് നേരം ഒന്നും മിണ്ടാതിരുന്നപ്പോൾ അവൾ കട്ടിലിൽ നിന്നും താഴേക്കിറങ്ങി. കട്ടിലിനടിയിലെ അവളുടെ

ബാഗ് പുറത്തേക്ക് വലിച്ചെടുത്തു. അതിൽ നിന്നും വളരെ പഴക്കമുള്ള ചില എഴുത്തോലകൾ പുറത്തേക്കെടുത്തു. അത് നാലഞ്ചെണ്ണമുണ്ടായിരുന്നു. എനിക്ക് നേരെ നീട്ടി. ഞാനത് തെല്ല് സംശയത്തോടെ വാങ്ങി. ഒരു കറുത്ത ചരട് കൊണ്ട് അത് ചുറ്റിക്കെട്ടിയിട്ടുണ്ട്. അതിന്റെ കാലപ്പഴക്കം കൊണ്ട് പലയിടത്തും പിന്നിപ്പോയിട്ടുണ്ട്. ഞാൻ അതിന്റെ ചരടുകൾ പതിയെ അഴിച്ചു. സംസ്കൃതത്തിൽ എന്തൊക്കെയോ അതിൽ എഴുതിയിട്ടുണ്ട്. ഒന്നും മനസ്സിലാവാതെ ഞാൻ അന്ധാളിച്ചു നിന്നു. അവൾ പതിയെ എന്റെ അരികിലേയ്ക്ക് വന്നിരുന്നു കൊണ്ട് ചോദിച്ചു.

" ഇങ്ങള് ന്റെ കൂടെ നിക്ക്വോ?"

"എന്തിന് "

അവൾ ചൂണ്ടുവിരൽ കൊണ്ട് എൻ്റെ നെറ്റിയിലെ ഭ്രൂമധ്യത്തിൽ തൊട്ടു. ഞാൻ കട്ടിലിലേയ്ക്ക് മറിഞ്ഞ് വീണു.

10

അധ്യായം പത്ത്

കണ്ണു തുറന്ന് നോക്കുമ്പോൾ ഒരു ഉയർന്ന പർവ്വതത്തിന്റെ മുകളിൽ ഒരു വലിയ കല്ലിൽ ഞാനിരിക്കുകയാണ്. ദൂരെ താഴ്വാരത്തിൽ നിന്നും കോടമഞ്ഞ് ഉയർന്ന് വരുന്നുണ്ട്. പ്രഭാതമാണോ പ്രദോഷമാണോ എന്നറിയാത്ത തരത്തിലുള്ള ഒരു പ്രത്യേക സമയം എല്ലാറ്റിനെയും നിശ്ചലമാക്കിക്കൊണ്ട് നിൽക്കുകയാണ്.

എവ്വിടെ നിന്നോ ഒരു മണിനാദം പതിയെ മുഴങ്ങുന്നത് ഞാനറിഞ്ഞു. എന്റെ പ്രജ്ഞയിൽ കരിവണ്ടുകൾ മൂളുമ്പോഴുണ്ടാവുന്ന ശബ്ദം പോലെ എന്തോ ഒന്ന് മുഴങ്ങിക്കൊണ്ടിരുന്നു. ഏതോ ഒരജ്ഞാത ലോകത്തിലേക്ക് ഞാനെത്തിയ പോലെ തോന്നി. നോക്കെത്താ ദൂരം പരന്നു കിടക്കുന്ന പുൽത്തകിടിയുടെ അറ്റത്ത് ആരോ ഒരാൾ ഒരു വെള്ളത്തുണി വായുവിലേയ്ക്ക് ഉയർത്തിപ്പിടിച്ചിട്ടുണ്ട്. അതാരാണെന്നറിയാനുള്ള ഉത്ക്കടമായ ഒരാഗ്രഹം എന്റെയുള്ളിൽ കൂൺ പോലെ മുളച്ച് വന്നു. ഞാൻ എഴുന്നേല്ക്കാൻ ശ്രമിച്ചെങ്കിലും ആ പാറയിൽ ഘനീഭവിച്ച് പോയതായി ഞാനറിഞ്ഞു.

എന്റെ ചുമലിൽ അപ്പോൾ ഒരു ബലികാക്ക വന്നിരുന്നു. അത് എന്റെ ചെവിയ്ക്കരികിലിരുന്ന് ഉറക്കെ കരയാൻ

തുടങ്ങി. അതിനെ അവിടെ നിന്നും പറത്തിവിടാൻ മനസ്സ് കൊതിച്ചെങ്കിലും ശില പോലെ ഉറച്ച് പോയ ഞാൻ നിസ്സഹായനായിരുന്നു. അതിന്റെ ശബ്ദമെന്റെ കർണ്ണപടത്തെ തുളച്ചു കൊണ്ടിരുന്നു. ദൂരെ ആകാശത്ത് കരിമേഘങ്ങൾ ഉരുണ്ടു കൂടി. അത് വരെ തുടർന്ന് കൊണ്ടിരുന്ന മണിനാദം നിലച്ചപ്പോൾ കാക്ക എന്റെ മുന്നിലേക്ക് പിടഞ്ഞു വീണു ചത്തു. ദൂരെ വെള്ളത്തുണി പിടിച്ചയാളും അതോടെ അപ്രത്യക്ഷനായി. പിറകിൽ നിന്നും ആരൊക്കെയോ ഓടി വരുന്ന ശബ്ദം കേട്ടപ്പോൾ ഞാൻ തിരിയാനാഞ്ഞെങ്കിലും സാധിച്ചില്ല. എന്റെ മുന്നിലേയ്ക്ക് ഏതെങ്കിലുമൊരാൾ വന്നിരുന്നെങ്കിൽ എന്ന് ഞാനാശിച്ചു. ഏകാന്തത ഒരു വടവൃക്ഷം പോലെ വളർന്നു വന്നു. കാക്കയുടെ ജഡത്തിൽ നിന്നും ഒരു കുഞ്ഞ് ഞാൻ നോക്കി നിൽക്കേ ഭൂജാതനായി. ക്ഷണനേരം കൊണ്ട് ആ കുഞ്ഞ് ശൈശവബാല്യകൗമാരയൗവ്വനകാലങ്ങളെ പിന്നിട്ട് വാർധക്യത്തിന്റെ ജരാനരകളിലേയ്ക്ക് തിടുക്കപ്പെട്ടുകൊണ്ട് ,വെള്ളത്താടിയും മുടിയുമുള്ള ഒരു യോഗിയായി മാറി. അയാൾ തന്നെയായിരുന്നു ദൂരെ വെള്ളത്തുണി പിടിച്ച് നിന്നയാൾ എന്ന തിരിച്ചറിവ് എനിക്കുണ്ടായപ്പോൾ യോഗി എന്നെ നോക്കി പുഞ്ചിരിച്ചു. ആ പുഞ്ചിരി കണ്ടപ്പോൾ എന്റെ മനസ്സിൽ വലിയൊരു ശാന്തത അലതല്ലി. തൂവെള്ള വസ്ത്രം ധരിച്ച ആ മനുഷ്യൻ എന്റെ കൈകളിൽ പതിയെ തൊട്ടപ്പോൾ എന്റെ മരവിപ്പ് എന്നെ വിട്ടുമാറി. ഞാൻ പതിയെ പാറയിൽ നിന്നുമെഴുന്നേറ്റു. അയാൾ വിദൂരതയിലേക്ക് നോക്കി കുറെ നേരം നിന്നു. ഞാൻ അയാൾക്ക് പിറകിലായി ഒന്നും മിണ്ടാതെ അയാൾ നോക്കുന്ന ദിക്കിലേയ്ക്ക് സാകൂതം നോക്കിക്കൊണ്ടിരുന്നു. സമയചക്രങ്ങൾ ഒന്നും ചലിക്കാതെ നിശ്ചലമായിരുന്നു. കാല പ്രവാഹത്തിന്റെ ഒരു സൂചനയും അവിടെയൊന്നും കണ്ടില്ല. അതിനാൽ തന്നെ എത്ര നേരം

ഞങ്ങളിരുവരും അങ്ങിനെ നോക്കി നിന്നു എന്നറിയാനും കഴിഞ്ഞില്ല. പൊടുന്നനെ അയാൾ നോക്കിയ ദിക്കിൽ നിന്നും ഒരു വെള്ളിവെളിച്ചം എന്റെ കണ്ണുകളിൽ പതിച്ചപ്പോൾ ഞാൻ അസ്വസ്ഥനായി. യോഗി അപ്പോഴും അങ്ങോട്ട് തുറന്ന് പിടിച്ച നയനങ്ങളുമായി നിന്നു. നോക്കി നിൽക്കെ ആ വെളിച്ചം അയാൾക്കരികിലേയ്ക്ക് പ്രവഹിച്ചു. അയാൾ അതിൽ വിലയം പ്രാപിക്കുന്നതായി തോന്നി. പൊടുന്നനെ യോഗിയുടെ മുഖം തേജോമയമായി തീർന്നു. അയാൾ അപ്പോൾ എനിക്കഭിമുഖമായി നിന്നു. ശാന്തമായി ചോദിച്ചു.

"നീ ആരെ തിരയുന്നു? "

"മൃണാളിനിയെ‘'

"എന്തിന്?"

"അറിയില്ല"

അയാൾ എന്റെ കണ്ണുകളിലേയ്ക്ക് ഇമവെട്ടാതെ നോക്കി. യോഗിയുടെ കണ്ണുകളിൽ നിന്നും ഒരു ദിവ്യപ്രകാശം എന്നെ വലയം ചെയ്തു. എനിക്ക് പിറകിൽ നിന്നും വലിയൊരു ആരവം മുഴങ്ങി. ഞാൻ ഞെട്ടിത്തിരിഞ്ഞ് നോക്കി. കുറെ മനുഷ്യരെ ഞാനവിടെ കണ്ടു. അതിലധികപേരും എനിക്ക് മുമ്പ് പരിചയമുള്ളവരായിരുന്നു. എല്ലാവരുടെയും കയ്യിൽ ഒരു ചുവന്ന തുണി കെട്ടിയിട്ടുണ്ട്. അവരണിഞ്ഞിരിക്കുന്ന കറുത്ത വസ്ത്രങ്ങൾ എനിക്ക് പരിചയമുള്ള രീതിയിൽ ഉള്ളവയല്ല. അത് കഴുത്തു മുതൽ കാൽപാദം വരെ നീണ്ടു കിടക്കുന്ന ഒരു അയഞ്ഞ വസ്ത്രമായിരുന്നു. ഇവരെല്ലാം എന്റെ നാട്ടിൽ വിവിധ കാലഘട്ടങ്ങളിൽ ജീവിച്ച് മരിച്ചവരാണെന്ന് ഞാനൊരു ഞെട്ടലോടെ ഓർത്തു. കൂട്ടത്തിൽ വളരെ വൃദ്ധനായ ഒരാൾ അവർക്കിടയിൽ നിന്നും മുന്നോട്ട് വന്നു. എൺപത്തിമൂന്നാം വയസ്സിൽ പറങ്കിമാവിന്റെ കൊമ്പിൽ ഒരു മുഴം കയറിൽ ജീവനൊടുക്കിയ എന്റെ മുത്തച്ഛനായിരുന്നു അത്. എനിക്ക്

ഒന്നും പറയാൻ സാധിച്ചില്ല. എന്റെ നാവ് ഉറഞ്ഞ് പോയിരിക്കുന്നു. മുത്തച്ഛൻ എന്നെ ശാന്തമായി നോക്കി. അദ്ദേഹത്തിനെ തൊടാനായി ഞാൻ കൈകൾ നീട്ടിയപ്പാൾ ഒരു പുകപടലം പോലെ മുത്തച്ഛൻ മറഞ്ഞില്ലാതായി.

പിറകിൽ നിന്നും യോഗി എന്റെ മുന്നിലേയ്ക്ക് വന്നു നിന്നു കൊണ്ട് പറഞ്ഞു.

" അവരെ തൊടാൻ ശ്രമിക്കരുത് "

"മുത്തച്ഛൻ " എന്റെ നാവ് പതിയെ ചലിച്ചു.

" ഉം, ഇനി വരില്ല "

"എന്തിനാണ് ആത്മഹത്യ ചെയ്തതെന്ന് എനിക്ക് ചോദിക്കണം"

"നീ ഒന്നും ചോദിച്ചില്ല, പകരം സ്പർശിക്കാൻ നോക്കി"

"എന്റെ നാവ് നിശ്ചലമായിരുന്നു "

" പറയാനുള്ളത് അപ്പോൾ പറയണം, നാവിനെ ചങ്ങലയിടുന്നത് ഭീരുത്വമാണ് "

"ഒരവസരം കൂടി "

"ഇല്ല, പറയേണ്ടത് സമയത്ത് പറയുക;ചെയ്യേണ്ടത് അപ്പോൾ ചെയ്യുക "

"എനിക്കറിയില്ലായിരുന്നു "

"അത് നിന്റെ പോരായ്മ "

"ജീവിതം ഒന്ന് ജീവൻ ഒന്ന്;ഒരവസരം മാത്രം "

യോഗി ആകാശത്തേക്ക് കൈകൾ ഉയർത്തിയപ്പോൾ ആയിരക്കണക്കിന് കാക്കകൾ അങ്ങോട്ടേയ്ക്ക് ഇരച്ചെത്തി.

" നോക്കൂ, ഇതാണ് ആത്മാവുകളുടെ ലോകം''

ഞാൻ നോക്കി നിൽക്കെ എണ്ണിയാലൊടുങ്ങാത്ത കാക്കകൾ വായുവിൽ തലങ്ങും വിലങ്ങും വട്ടമിട്ടു പറന്നു. പിന്നീട് അതെല്ലാം ഓരോ മനുഷ്യക്കോലങ്ങളായി മാറി. വായുവിൽ പാറി നടന്നു. എല്ലാവർക്കും ഒരേ കറുത്ത വേഷം, ആണും പെണ്ണും,ശിശുക്കൾ മുതൽ വൃദ്ധർ വരെ പാറി

നടക്കുന്നു. എല്ലാവരിലും ഒരേ ശാന്ത ഭാവം മാത്രം.

അധിക നേരം ആ കാഴ്ച കാണാനാവാതെ ഞാൻ കണ്ണുകൾ ഇറുക്കിയടച്ചു.

ഞാൻ അല്പസമയത്തിന് ശേഷം കണ്ണുകൾ തുറന്ന് നോക്കിയപ്പോൾ അവിടെ ആരെയും കണ്ടില്ല. യോഗിയുടെ കൈയിലുണ്ടായിരുന്ന വെള്ളത്തുണി അവിടെ നിലത്ത് വീണു കിടന്നിരുന്നു. ഞാനതെടുത്തു ചുറ്റും നോക്കിയപ്പോൾ എനിക്കരികിലുണ്ടായിരുന്ന ഒരു വലിയ പാറ രണ്ടായി പിളർന്നു. അതിൽ നിന്നും തേൻ പോലുള്ള ഒരു ദ്രാവകം പുറത്തേക്ക് ഒഴുകി. അതെടുത്ത് അല്പം രുചിച്ച് നോക്കി. അത് തേൻ പോലെ മധുരിച്ചു. പക്ഷേ ഭയം കാരണം ഞാനത് വീണ്ടും കുടിച്ചില്ല. എങ്ങോട്ട് പോകണമെന്നറിയാതെ ചുറ്റും നോക്കി. എന്റെ വലത് ഭാഗത്ത് കുറെ അകലെയായി എതോ ഒരു മൃഗം നില്ക്കുന്നതായി തോന്നി. അത് നില്ക്കുന്ന ഭാഗത്തേക്ക് വേഗത്തിൽ നടന്നു. അതൊരു വലിയ വെള്ളക്കുതിരയായിരുന്നു. എന്നെ കണ്ടപ്പോൾ അതിന്റെ കുഞ്ചിരോമങ്ങൾ എഴുന്ന് നിന്നു. അത് വാല് ചലിപ്പിച്ച് കൊണ്ട് ഉറക്കെ ചിനച്ചു. മുൻ കാലുകൾ ഉയർത്തി മണ്ണിൽ ആഞ്ഞ് ചവിട്ടി. അതിന്റെ ഉഗ്രശബ്ദം മലമടക്കുകളിൽ തട്ടി പ്രതിഫലിച്ചു. അതിന്റെ പിൻ കാലുകൾ കൊണ്ട് മണൽ ചവിട്ടി തെറിപ്പിച്ചു. ആ വലിയ കുതിര എന്നെ കാത്തു നില്ക്കുകയാണെന്ന് എനിക്ക് തോന്നിയ നിമിഷം, ഭയം കൂടാതെ ഞാൻ അതിന്റെ പുറത്തേക്ക് ചാടിക്കയറി. കയറേണ്ട താമസം അത് എന്നെയും കൊണ്ട് വേഗത്തിൽ ഓടാൻ തുടങ്ങി. കാലചക്രത്തെയും പിന്നിലാക്കി മുന്നോട്ട് കുതിച്ച് കൊണ്ടിരുന്നു. ഉദയാസ്തമയങ്ങൾ ഞൊടിയിടയിൽ അതിന്റെ വേഗതയിൽ സംഭവിച്ച് കൊണ്ടിരുന്നു. നോക്കിക്കൊണ്ടിരിക്കെ ആകാശ വിതാനത്തിലേയ്ക്ക് അത് ഊളിയിട്ടു. മേഘങ്ങൾ എന്നെ തഴുകി കടന്നു

പോയ്ക്കൊണ്ടിരുന്നു. കൈയിലുള്ള വെള്ളത്തുണി ഞാൻ മാറോട് ചേർത്തു വെച്ചു. പിന്നീട് കുതിര സാവധാനം താഴേക്ക് ഇറങ്ങി വന്നു. ഒരു വലിയ ജലാശയത്തിന് മുന്നിലേക്കാണ് അത് വന്ന് നിന്നത്. അതിന്റെ കരയിലായി ഒരു കൊച്ചു കുടിൽ കണ്ടു. കുതിരപ്പുറത്ത് നിന്നും ഞാൻ ചാടിയിറങ്ങി;ആ കുടിലിലേക്ക് നടന്നു. അതിന്റെ പുറത്ത് ആരെയും കാണാത്തതിനാൽ അകത്തേയ്ക്ക് കയറി. അതിന്റെ ഒരു മൂലയിലായി മുടികൾ നരച്ച ഒരു വൃദ്ധ എന്തോ പാചകം ചെയ്യുന്നത് കണ്ടു. ഒന്നും മിണ്ടാതെ അവർക്ക് പിന്നിലായി ഞാൻ നിന്നു. അവർ തിരിഞ്ഞ് നോക്കാതെ എന്നോട് പറഞ്ഞു.

" പോയി സ്നാനം ചെയ്ത് വരൂ, ഭക്ഷണം തയ്യാറായിട്ടുണ്ട്. "

ഞാൻ പുറത്തിറങ്ങി;ജലാശയത്തിനരികിലേക്ക് നടന്നു എന്നെ കൊണ്ടു വന്ന കുതിരയെ അവിടെയൊന്നും കാണാനില്ലായിരുന്നു. വെള്ളത്തുണി കരയിലിട്ട് ആ തടാകത്തിലേക്കിറങ്ങി. കൊടും തണുപ്പുള്ള വെള്ളമായിരുന്നെങ്കിലും ഒന്നു മുങ്ങിക്കുളിച്ചു. വെള്ളത്തുണികൊണ്ട് ശരീരം നന്നായി തുടച്ചു. വീണ്ടും കുടിലിലേയ്ക്ക് നടന്നു.അപ്പോഴേക്കും അവർ ഒരു പലകയ്ക്ക് മുന്നിലായി ഒരു തൂശനില ഇട്ട് വെച്ചിരുന്നു. ഞാൻ ആ പലകയിൽ ഇരുന്നു. അവർ എനിക്ക് ആവി പറക്കുന്ന പായസം പോലുള്ള എന്തോ ഒരു ആഹാരം ഇലയിൽ വിളമ്പി. ഞാൻ അല്പമെടുത്ത് രുചിച്ചപ്പോൾ ഇന്ന് വരെ കഴിച്ചതിലും രുചിയേറിയ ഒരു പ്രത്യേക വിഭവമാണെന്ന് തോന്നി, ഞാൻ കഴിച്ച് കൊണ്ടേയിരുന്നു. അവർ നിർത്താതെ വിളമ്പിയും തന്നു. എത്ര കഴിച്ചിട്ടും മതിയാവാതെ ആ പ്രക്രിയ അനസ്യൂതം തുടർന്ന് കൊണ്ടിരുന്നു. അപ്പോൾ എന്റെ കണ്ണുകൾ ആ കുടിലിന്റെ

മൂലയിലായി ഇരിക്കുന്ന ഒരു കറുത്ത പൂച്ചയിൽ ചെന്നുടക്കി. അത്ര നേരവും ഞാനതിനെ അവിടെ കണ്ടിരുന്നില്ല. അത് എന്നെ തുറിച്ച് നോക്കിയപ്പോൾ ഞാൻ കഴിക്കുന്നത് മതിയാക്കി. അവരോട് പറഞ്ഞു.

"മതി, ഇനിയുള്ളത് അതിന് കൊടുത്തേക്കു" അതും പറഞ്ഞ് ഞാൻ പുറത്തേക്ക് വന്നു. തടാകക്കരയിൽ നിന്നും വെള്ളമെടുത്ത് വായും മുഖവുമെല്ലാം കഴുകി. തിരിച്ച് കുടിലിലേയ്ക്ക് നടന്നു. അവരപ്പോൾ കുടിലിന് വെളിയിൽ എന്തിനെയോ കുഴിച്ച് മൂടുന്നത് കണ്ടു. ഞാൻ ആകാംക്ഷയോടെ അങ്ങോട്ടേക്ക് പോയി നോക്കിയപ്പോൾ അവർ ആ കറുത്ത പൂച്ചയുടെ ജഡം കുഴിയിലിട്ട് മൂടാൻ തുടങ്ങി. ഞാൻ വേദനയോടെ അതിനെ നോക്കി; അതിന്റെ കണ്ണുകൾ അപ്പോഴും എനിക്ക് നേരെ തുറന്ന് പിടിച്ചിരുന്നു.

"ആ പൂച്ചയ്ക്കെന്ത് പറ്റി?" ഞാൻ ജിജ്ഞാസയോടെ ചോദിച്ചു.

"അതിനെ ഞാൻ അടിച്ചു കൊന്നു " അവർ നിർവികാരതയോടെ പറഞ്ഞു.

"എന്തിനാണ് ആ സാധു ജീവിയെ നിങ്ങൾ കൊന്നത്? "

"അത് നിങ്ങളുടെ ഭക്ഷണം കണ്ട് കൊതിച്ചു "

" ഇല്ല, ഞാനാണതിന് ഭക്ഷണം കൊടുക്കാൻ പറഞ്ഞത് "

"നിങ്ങൾ അതിനെ കണ്ടപ്പോൾ കഴിക്കുന്നത് നിർത്തിയില്ലേ?"

"അതെ, പക്ഷേ അതിന് ഇത്രയും വലിയ ശിക്ഷ?"

"ഇവിടെ എല്ലാ തെറ്റിനും ഒരേ ശിക്ഷയാണ് മരണം"

"ഇങ്ങിനെ ശിക്ഷ വിധിക്കാൻ നിങ്ങളാരാണ് ?"

"അത് നിങ്ങൾക്ക് സ്വയം വെളിപ്പെടും വരെ കാത്തിരിക്കൂ" അവർ അതും പറഞ്ഞ് ആകാശത്തേക്ക് കൈകൾ ഉയർത്തിയപ്പോൾ ഒരു ഭീമാകാരനായ പക്ഷി ആകാശത്തിൽ നിന്നും താഴേക്ക് പറന്നു വന്നു. അത് ആ വൃദ്ധയെ

ഒറ്റക്കൊത്തിന് പാടെ വിഴുങ്ങിക്കളഞ്ഞു.

ആ പക്ഷി അതിന്റെ വലിയ കൊക്കുകൾ എന്റെ നേർക്ക് നീട്ടി അതിൽ നിന്നും തീജ്വാലകൾ പുറത്തേക്ക് വമിച്ചു. പേടികൊണ്ട് ഞാൻ പിറകിലേയ്ക്ക് രണ്ടടി മാറിയപ്പോൾ അത് വിശാലമായ ചിറകുകൾ അടിച്ച് വലിയ കാറ്റുണ്ടാക്കി. ചെവി പൊട്ടിപ്പോകുന്നത് പോലെ ഒരുഗ്ര ശബ്ദവും പുറപ്പെടുവിച്ചു. അതിന്റെ ശരീരത്തിൽ നിന്നും ഒരീച്ച പറന്ന് വന്ന് എന്റെ മൂക്കിന്റെ അറ്റത്തായി ഇരുന്നു ഞാൻ അതിനെ താഴേക്ക് തട്ടിക്കളഞ്ഞപ്പോൾ അത് നിലത്ത് ചത്തു വീണു. ഇത് കണ്ട പക്ഷി ഉറക്കെ നിലവിളിക്കുന്ന പോലെ ശബ്ദമുണ്ടാക്കി അകലേയ്ക്ക് പറന്നു പോയി. ഞാൻ നിലത്ത് ചത്ത് കിടക്കുന്ന ഈച്ചയെ നോക്കി നിൽക്കവെ അത് രൂപമാറ്റം സംഭവിച്ച് ഒരു സുന്ദരിയായ യുവതിയായി വളർന്ന് വന്നു. അത്രയും സുന്ദരിയായൊരു സ്ത്രീയെ മുമ്പൊരിക്കലും എവിടെ വെച്ചും ഞാൻ കണ്ടിട്ടുണ്ടായിരുന്നില്ല. അവൾ ഒരു ദേവതയെപ്പോലെ വിളങ്ങി നിന്നു.

"വരൂ, ഇനിയുള്ള യാത്രയിൽ നിങ്ങളുടെ വഴികാട്ടി ഞാനാണ് " അവൾ ലാവണ്യമാർന്ന ശബ്ദത്തിൽ മൊഴിഞ്ഞു.

അവൾ എനിക്കു മുന്നിലായി കിഴക്കോട്ട് നടന്നു. ഞാൻ സാവധാനം അവളെ അനുധാവനം ചെയ്തു. ഒരു വലിയ മരച്ചുവട്ടിൽ അവൾ എന്നെയെത്തിച്ചു. അതിൽ ആപ്പിൾ പോലെ തോന്നിക്കുന്ന നിരവധി ഫലങ്ങൾ ഉണ്ടായിരുന്നു. അവൾ അവയെ ചൂണ്ടിക്കാണിച്ച് പറഞ്ഞു.

"കാണാൻ മനോഹരവും കഴിക്കാൻ വളരെ രുചിയുള്ളതുമായ കിനാവിൻ കനിയാണിത്, ഇത് കഴിച്ചാൽ നിങ്ങൾ സ്വപ്ന ലോകത്ത് കുടുങ്ങിപ്പോകും, യാഥാർത്ഥ്യങ്ങൾ തിരിച്ചറിയാൻ കഴിയാതാവും, അതിനാൽ കഴിക്കാതിരിക്കുന്നതാവും ബുദ്ധി"

അവൾ അങ്ങിനെ പറഞ്ഞ് നിർത്തിയപ്പോൾ തന്നെ പഴുത്ത് പാകമായ ഒരു പഴം എന്റെ മുന്നിലായി വന്നു വീണു. അതെടുത്ത് തിന്നാൽ ഉത്ക്കടമായ ഒരാഗ്രഹം എന്റെയുള്ളിൽ പൊട്ടി മുളച്ചു. പക്ഷേ സുന്ദരി പറഞ്ഞത് ഓർത്തപ്പോൾ വേണ്ടായെന്ന് ആദ്യം കരുതി. എന്നാൽ ആ പഴമെന്നെ വല്ലാതെ പ്രലോഭിപ്പിച്ച് കൊണ്ടിരുന്നു. ഞാൻ അത് കയ്യിലെടുത്തു തിരിച്ചും മറിച്ചും നോക്കി. അവൾ എന്റെ പ്രവൃത്തി പുഞ്ചിരിയോടെ നോക്കി നിന്നു.

ഞാൻ സാവധാനം അതിലൊന്നു കടിച്ചു. അപ്പോൾ അവൾ ഉറക്കെ അലറി നിലവിളിച്ച് കൊണ്ട് എങ്ങോട്ടോ ഓടിപ്പോയി.

ആ സ്വാദേറിയ പഴം മുഴുവനായി ഞാൻ തിന്നു തീർത്തു. ഒന്നുകൂടി കിട്ടുമോ എന്നറിയാൻ മരത്തിന്റെ മുകളിലേയ്ക്ക് നോക്കിയപ്പോൾ ഒരൊറ്റ പഴത്തെയും അതിൽ കണ്ടില്ല. കുറച്ച് മുമ്പ് ആ മരത്തിൽ നിറയെ കനികൾ മൂത്ത് പഴുത്ത് നില്പുണ്ടായിരുന്നു. ആ പഴം കഴിച്ചതിന് ശേഷം എനിക്ക് നല്ലൊരുന്മേഷം അനുഭവപ്പെട്ടു. ഞാൻ വീണ്ടും മുന്നോട്ട് നടന്നപ്പോൾ ആ വഴി രണ്ടായി പിരിയുന്ന ഒരിടത്ത് എത്തി. ഇടത് ഭാഗത്തേക്കുള്ള വഴിയിലേക്ക് ഞാൻ തിരിഞ്ഞു. അപ്പോൾ എന്നെയും നോക്കിക്കൊണ്ട് മുമ്പ് പരിചയമുള്ള യോഗി അവിടെ ഒരു ആൽമരത്തിന്റെ ചുവട്ടിൽ ഇരിക്കുന്നുണ്ടായിരുന്നു. അയാളെ കണ്ടപ്പോൾ എനിക്ക് അതിയായ സന്തോഷമുണ്ടായി.

"നിന്നെയും കാത്ത് എത്ര നേരമായി ഇരിക്കുന്നു" യോഗി എന്നെ നോക്കി പുഞ്ചിരി തൂകിക്കൊണ്ട് പറഞ്ഞു.

"ഇതാ നിങ്ങളുടെ വെള്ളത്തുണി "അയാൾ മുമ്പ് ഉപേക്ഷിച്ച വെള്ളത്തുണി തിരികെ കൊടുക്കാനായി ഞാൻ അയാൾക്ക് നേരെ നീട്ടി. പക്ഷേ

അയാൾ അത് വാങ്ങാതെ മുന്നോട്ട് നടന്നു. ഞാൻ അയാൾക്ക് പിറകിലായി സാവധാനം നടന്നു. ഒരു വലിയ

ഗോപുരവാതില്ക്കൽ ഞങ്ങളെത്തി. അതിന്റെ ഭീമാകാരങ്ങളായ മതിലുകൾ വളരെയധികം ഉയരമുള്ളതും കാഠിന്യമേറിയ പാറയാൽ നിർമ്മിച്ചവയുമായിരുന്നു. വാതിലുകൾ ഉറപ്പേറിയ മരം കൊണ്ടുള്ളതും പല വിധത്തിലുള്ള കൊത്തുപണികളാൽ അലംകൃതവുമാണ്. യോഗി ആ വാതിലിന് മുമ്പിൽ മുട്ടുകുത്തി നിന്നു. പിന്നീട് എന്തൊക്കെയോ ഉരുവിട്ട് കൊണ്ടിരുന്നു. അല്പസമയം കഴിഞ്ഞപ്പോൾ വാതിൽ ആരോ മലർക്കെ തുറന്നത് പോലെ വലിയ ശബ്ദത്തിൽ വിശാലമായി തുറന്ന് വന്നു. യോഗിയും ഞാനും അകത്ത് കടന്നപ്പോൾ ആ വാതിൽ തനിയെ അടഞ്ഞു. ഗോപുരത്തിനകത്തെ ചുമരുകളിൽ വിവിധ തരം മനോഹരമായ ചിത്രങ്ങൾ വരച്ച് വെച്ചിട്ടുണ്ട്. അവയിൽ അധികവും പ്രകൃതിയിലെ മനോഹര ദൃശ്യങ്ങളായിരുന്നു. ഏതാനും സുന്ദരികളായ സ്ത്രീകളുടെ ചിത്രങ്ങളുമുണ്ടായിരുന്നു. ഞാൻ ഓരോ ചിത്രവും സൂക്ഷ്മമായി നോക്കിക്കൊണ്ട് മുന്നോട്ടേക്ക് നടന്നു. ഇതിനിടയിൽ യോഗി അവിടെയുള്ള ഒരു പടുകൂറ്റൻ സിംഹ പ്രതിമ എനിക്ക് ചൂണ്ടി കാണിച്ച് തന്നിട്ട് പറഞ്ഞു.

"ഇനി ഇത് നിന്നെ വഴികാട്ടും, നിന്റെ കൈയിലുള്ള വെള്ളത്തുണി ഇതിന്റെ തലയിലിടൂ "

ഞാൻ അദ്ദേഹം പറഞ്ഞത് പോലെ പ്രവർത്തിച്ചപ്പോൾ അതിന് ജീവൻ വച്ചു. അത് അത്യുച്ചത്തിൽ ഗർജ്ജിച്ചപ്പോൾ ഞാൻ പേടിച്ച് പിറകോട്ട് മാറി നിന്നു. അതിന്റെ വായ വിസ്താരമേറിയതും കോമ്പല്ലുകൾ മൂർച്ചയേറിയതും ആയിരുന്നു. യോഗി അതിന്റെ ചെവിയിൽ എന്തോ മന്ത്രിച്ചപ്പോൾ അത് എന്നെ നോക്കി പല്ലിളിച്ചു. നാവ് പുറത്തേക്കിട്ട് ഒന്നു കിതച്ചു.

"അതിന്റെ പുറത്ത് വെള്ളത്തുണി വിരിച്ച് അതിൽ കയറിയിരുന്നോളൂ" യോഗി എന്നോട് പറഞ്ഞു. എന്റെ

മനസ്സിൽ ഭയമുണ്ടായിരുന്നെങ്കിലും ഞാൻ അയാൾ പറഞ്ഞത് പോലെ ചെയ്തു. ആ മൃഗം എന്നെയും വഹിച്ച് കൊണ്ട് സാവധാനം നടക്കാൻ തുടങ്ങി.

ആ സിംഹമെന്നെ ഒരു ഇരുൾ മൂടിയ ഗുഹയിലേക്കാണ് കൊണ്ടു പോയത്. അതിനുള്ളിൽ നിന്നും ആയിരക്കണക്കിന് നരിച്ചീറുകൾ സിംഹത്തിന്റെ ഗർജ്ജനം കേട്ടപ്പോൾ പുറത്തേക്ക് പറന്നു. ചിലത് എന്റെ തലയിലും മുഖത്തും നെഞ്ചിലുമെല്ലാം വന്നിടിച്ചു. അവയുടെ നഖങ്ങൾ എന്റെ നെറ്റിത്തടത്തിലും കവിളിലുമെല്ലാം വരകൾ വീഴ്ത്തി; അതിൽ രക്തം കിനിഞ്ഞു. രക്തത്തിന്റെ ഗന്ധം സിംഹത്തിന് കിട്ടിയപ്പോൾ അത് എന്നെ ദേഹത്ത് നിന്നും കുലുക്കി താഴെയിട്ടു. എന്നെ ആക്രമിക്കാനുള്ള പുറപ്പാടാണെന്ന് മനസ്സിലായപ്പോൾ ഞാൻ ഗുഹയ്ക്ക് പുറത്തേയ്ക്ക് സർവ്വ ശക്തിയുമെടുത്ത് ഓടി. അതെന്റെ തൊട്ടു പിറകിലായി ശരവേഗത്തിൽ കുതിച്ചു വന്നു. ഞാൻ ഗുഹയ്ക്ക് വെളിയിലേക്ക് എടുത്ത് ചാടിക്കൊണ്ട് ഉറക്കെ നിലവിളിച്ചു. അപ്പോഴാണ് എനിക്ക് സുബോധമുണ്ടായത്;ഞാൻ കട്ടിലിൽ നിന്നും താഴെ വീണു കിടക്കുകയാണ്. അവിടെ സിംഹവുമില്ല ഗുഹയുമില്ല. ക്വാർട്ടേഴ്സിലെ ഫാൻ അപ്പോഴും ശബ്ദമുണ്ടാക്കി തലയ്ക്ക് മീതെ കറങ്ങുന്നുണ്ട്. ഞാൻ എഴുന്നേറ്റ് അമ്പിളിയെ അവിടെയെല്ലാം നോക്കിയെങ്കിലും കണ്ടില്ല. എന്റെ പാന്റിന്റെ കീശയിൽ ഒരു പത്രക്കടലാസിൽ പൊതിഞ്ഞ് വെച്ചിരുന്ന പണവും കാണാനുണ്ടായിരുന്നില്ല. ആ കള്ളി അതെല്ലാം മോഷ്ടിച്ച് എങ്ങോ പോയതായി ഒരു ഞെട്ടലോടെ ഞാനറിഞ്ഞു. ഇനി എങ്ങോട്ട് പോകണമെന്ന് ഒരു എത്തും പിടിയും കിട്ടാതെ ഞാൻ അവിടെ തന്നെ തളർന്ന് ഇരുന്നു. നേരം വെളുത്തു വരുന്നതെയുള്ളൂ. ഇനിയും അവിടെ നിന്നാൽ രങ്കൻ വരും. അമ്പിളിയെ കണ്ടില്ലെങ്കിൽ അന്വേഷിക്കും അവൾ എന്റെ പൊണ്ടാട്ടിയാണെന്നാണ്

അവരെല്ലാം കരുതിയിരിക്കുന്നത്. അവർ എഴുന്നേല്ക്കുന്നതിന് മുമ്പ് സ്ഥലം വിടുന്നതാണ് നല്ലതെന്ന് തോന്നി. അമ്പിളിയോട് വല്ലാത്ത വെറുപ്പും ദേഷ്യവുമെല്ലാം തോന്നി. ഇനി ഈ മഹാനഗരത്തിൽ എവിടെ പോയി അന്വേഷിച്ചാലാണ് അവളെ കാണുക?, കൈയിൽ പണമുണ്ടായിരുന്നപ്പോൾ അല്പം ധൈര്യമുണ്ടായിരുന്നു. ക്വാർട്ടേഴ്സ് പൂട്ടി താക്കോൽ അവിടെ തന്നെ വെച്ചു. ഞാൻ പുറത്തേക്കിറങ്ങി. ആ സ്നേഹമുള്ള കുടുംബത്തോട് മനസ്സിൽ നന്ദിയോടെ യാത്ര പറഞ്ഞു മുന്നോട്ട് നടന്നു. പോകുന്നതിനിടയ്ക്ക് എപ്പോഴെങ്കിലും ഇവിടേക്ക് വീണ്ടും വരണമെന്നും തീരുമാനിച്ചു. വഴിയരികെ പൈപ്പിൽ നിന്നും കുറച്ച് വെള്ളമെടുത്ത് കൈയും തലയും മുഖവുമെല്ലാം കഴുകി. നഗരം ഉറക്കച്ചടവ് മാറാതെ നില്ക്കുകയാണ്. പരിചയക്കാരാരുമില്ലാത്ത നഗരം എന്നെ നോക്കി കണ്ണുരുട്ടി. മൃണാളിനിയുടെ അഡ്രസ്സ് ഭാഗ്യത്തിന് ഷർട്ടിന്റെ പോക്കറ്റിൽ ഭദ്രമായുണ്ട്. ഞാനതെടുത്തു വായിച്ചു.

ഗോവിന്ദ രാമരായ ഗൗണ്ടർ, ദൊഡ്ഡു മനൈ, കദ്രി, മംഗലാപുരം.

ഞാൻ ആ വിലാസം ഒന്നു രണ്ടാളുകളോട് ചോദിച്ചെങ്കിലും അവരെല്ലാം അറിയില്ല എന്ന് പറഞ്ഞ് കൈമലർത്തി. വല്ല ഓട്ടോക്കാരനോടും ചോദിച്ച് നോക്കാം. കൊടുക്കാൻ പണമില്ലാത്തതിനാൽ എന്തായാലും ഓട്ടോയിലൊന്നും കയറാനും പറ്റില്ല. റോഡരികിൽ നിന്നും ചായ കുടിക്കുന്ന ഒരു ഓട്ടോക്കാരന്റെ അടുത്തേക്ക് നടന്നു. ഞാൻ അഡ്രസ് വായിച്ചപ്പോൾ അത് എന്റെ പക്കൽ നിന്നും വാങ്ങി അയാൾ വായിച്ചു.

" ഇങ്ങള് മലയാളിയാ?" ഞാൻ ആശ്വാസത്തോടെ ചോദിച്ചു.

"അതെ"

" ഈ സ്ഥലം അറിയോ? "

"ഓ അതിവ്ടെ അട്ത്താ, വരീ ഞാൻ കാണിച്ച് തരാം "

അയാൾ അതും പറഞ്ഞ് ഓട്ടോ ചവിട്ടി സ്റ്റാർട്ടാക്കി. ഞാൻ കയറാതെ മടിച്ചു നിന്നു. അയാൾ ആക്സിലേറ്ററിൽ പിടിച്ച് മുരണ്ടി. ആ വാഹനം നിന്നു കരഞ്ഞു.

" കേറിക്കോ"

"വേണ്ട"

"അങ്ങോട്ട് പോണ്ടേ? "

"വേണം"

"പിന്നെ "

"പൈസയൊന്നുമില്ല" അയാൾ അല്പനേരം ഒന്നും മിണ്ടിയില്ല.

"സാരല്യ, കേറിക്കോളൂ, ഇവ്ടെ അടുത്താ''

അയാൾ സ്നേഹപൂർവ്വം നിർബന്ധിച്ചപ്പോൾ ഞാൻ അതിൽ കയറി ഇരുന്നു.

"പൈസയൊന്നും ഇല്യാതെ നാട്ട്ന്ന് എങ്ങനെത്തി?" അയാൾ പിറകിലേക്ക് ഒന്നു തിരിഞ്ഞ് കൊണ്ട് ചോദിച്ചു.

" പൈസ പോക്കറ്റ് അടിച്ച് പോയി "

" ആണോ, അതൊക്കെ ഇവ്ടെ പതിവാ"

"സാരല്യ, അവ്ടെ എത്തിയാൽ വഴിണ്ടാവും ല്ലേ?"

"ഉം "

"ജോലിക്കായി വന്നതാണോ?"

"അല്ല "

"പിന്നെ?"

"ഒരാളെ തിരക്കി വന്നതാ?"

"ന്താ ആരേലും നാട് വിട്ട് ഓടി വന്ന്ക്ക് ണോ?"

"അങ്ങനേം കരുതാം"

പിന്നെ അയാൾ ഒന്നും ചോദിച്ചില്ല. ഓട്ടോ ഒരു വലിയ ഗേറ്റിനു മുമ്പിൽ ചെന്നു നിന്നു.

11

അധ്യായം പതിനൊന്ന്

വലിയ മതിലിൽ പതിച്ച മാർബിൾ ഫലകത്തിലെ പേര് ഞാൻ വായിച്ചു. 'ദൊഡ്ഡു മനൈ' ഓട്ടോക്കാരനോട് നന്ദിയും പറഞ്ഞ് ഗേറ്റിനരികിലേയ്ക്ക് നടന്നു. അവിടെ ഒരു മരക്കസേരയിൽ ഒരാൾ ഇരിക്കുന്നുണ്ടായിരുന്നു. ഞാൻ ഗൗണ്ടരെ കാണാൻ കേരളത്തിൽ നിന്നും വന്നതാണെന്ന് ഒരു വിധം അയാളോട് പറഞ്ഞൊപ്പിച്ചു. അയാൾ എന്നോട് അകത്തേയ്ക്ക് പൊയ്ക്കോളാൻ പറഞ്ഞിട്ട്, ഗേറ്റ് ചെറുതായൊന്നു തുറന്ന് തന്നു. ഞാൻ പാമ്പിനെപ്പോലെ അപ്പഴുതിലൂടെ ഇഴഞ്ഞ് കയറി. അവിടെ ഒരു ഭാഗത്ത് മല പോലെ കാപ്പിക്കുരു കൂട്ടിയിട്ടിട്ടുണ്ട്. മറ്റൊരു ഭാഗത്ത് ഏലക്കായ, ഗ്രാംമ്പൂ, കുരുമുളക് എല്ലാം ചെറിയ കുന്നുകളെപ്പോലെ തോന്നിച്ചു . ഇവയെല്ലാം ചേർന്നപ്പോൾ ഉണ്ടായ സമ്മിശ്ര ഗന്ധം എന്റെ ശ്വാസത്തെ സുഗന്ധപൂരിതമാക്കി. ഏതാനും ജോലിക്കാരായ കന്നഡ സ്ത്രീകൾ എന്തൊക്കെയോ പണികൾ അവിടെ ചെയ്യുന്നുണ്ട്. ഞാൻ നേരെ ആ വലിയ വീടിന്റെ ഉമ്മറത്തുള്ള കോളിംഗ് ബെല്ലിൽ വിരലമർത്തി. അല്പസമയം കഴിഞ്ഞപ്പോൾ കറുത്ത് തടിച്ച ഒരു സ്ത്രീ കോലായിലേക്ക് ഉരുണ്ടെത്തി.

"ഏനു ബേക്കു?"

"ഗൗണ്ട ഇക്കട ഇൽവാ?"

"അക്കടെ കുത്ത് കൊള്ളി" അവർ ഒരു കസേര ചൂണ്ടിക്കാണിച്ച് പറഞ്ഞു.

"നീനു മലയാളി?"

"ഉം" ഞാൻ മൂളി. അവർക്ക് എന്റെ കന്നഡ കേട്ടപ്പോൾ വേഗത്തിൽ ഞാൻ മലയാളിയാണെന്ന് മനസ്സിലായി. അവർ വന്ന പോലെ അകത്തേക്ക് പോയി. ഞാൻ അവിടെയിരുന്ന് ചുറ്റും കണ്ണോടിച്ചു. എന്തായാലും ഗൗണ്ടർ ആളൊരു നിസ്സാരക്കാരനല്ല. ആ വിശാലമായ മുറ്റത്ത് കൂട്ടിയിട്ട മലഞ്ചരക്ക് സാധനങ്ങൾ തന്നെ വിറ്റാൽ ലക്ഷങ്ങൾ ഉണ്ടാകും. പിന്നെ വീടിന്റെ ഇടത് ഭാഗത്തെ വലിയ കാർ പോർച്ചിൽ രണ്ട് ബെൻസ് കാറുകളും ഒരു പെട്രോൾ ജീപ്പുമുണ്ട്. ഞാൻ ആ വീടിന്റെ ഇടനാഴിയിലേക്ക് ഒന്നു പാളി നോക്കിയപ്പോൾ രണ്ട് ഇരട്ടക്കുഴൽ തോക്കുകൾ ക്രോസായി തൂക്കിയിട്ടിരിക്കുന്നത് കണ്ടു. അതിനരികിലായി ഒരു പുലിത്തോൽ ഭിത്തിയിൽ ആണി കൊണ്ട് തറച്ച് വെച്ചിട്ടുണ്ട്. ഗൗണ്ടർക്ക് നായാട്ട് ഒരു വിനോദമായിരിക്കുമെന്ന് തോന്നി. എന്റെ വരവിന്റെ ഉദ്ദേശമറിഞ്ഞാൽ അയാൾ എങ്ങിനെയാവും പ്രതികരിക്കുക എന്നാലോചിച്ചപ്പോൾ ചെറിയ പേടിയ്ക്ക് ചൂട് പിടിച്ച് തുടങ്ങി. മൃണാളിനി ഇവിടെ ഉണ്ടാവുമോ? അതോ അയാൾ അവളെ മറ്റേതെങ്കിലും രഹസ്യ സങ്കേതത്തിലേക്ക് മാറ്റിയിട്ടുണ്ടാവുമോ?. എന്തായാലും ധൈര്യം സംഭരിച്ച് ചോദിക്കുക തന്നെ. ഇത്രത്തോളം വന്നിട്ട് ഒന്നും ചോദിക്കാതെ പോകുന്നതിൽ ഒരർഥവുമില്ല. വരുന്നത് പോലെ വരട്ടെ. ഞാൻ ഗൗണ്ടറുടെ വരവും കാത്തിരുന്നു.

സമയം പുഴു പോലെ അരിച്ച് നീങ്ങിത്തുടങ്ങി. അവിടെയുള്ള വീട്ടുവേലക്കാരി സ്ത്രീ ചെറിയൊരു ഗ്ലാസിൽ പാലൊഴിച്ച ചായയും മുത്താറിപ്പൊടി ഉരുളകളാക്കി ആവിയിൽ വേവിച്ചതും ചീരക്കറിയും എന്റെ മുന്നിൽ

കൊണ്ടു വെച്ചു. എനിക്ക് നല്ല വിശപ്പുണ്ടെങ്കിലും ഞാൻ കഴിക്കാതെ ഇരുന്നപ്പോൾ ഒന്നും പറയാതെ അവരതെടുത്ത് അകത്തേക്ക് കൊണ്ടുപോയി. അപ്പോൾ ആരോ ചുമച്ച് കൊണ്ട് കോലായിലേക്ക് വന്നു. കറുത്ത് തടിച്ച കപ്പടാ മീശക്കാരനായ ഗൗണ്ടറിനെ പ്രതീക്ഷിച്ചിരുന്ന എന്റെ എല്ലാ കണക്കുകൂട്ടലിനെയും തെറ്റിച്ച് കൊണ്ട് ഒരു വെളുത്ത് മെലിഞ്ഞ മുറി മീശക്കാരനായ ഗൗണ്ടർ പുറത്തേക്ക് വന്നു. വന്നയാൾ ഗൗണ്ടറാണെന്ന് എനിയ്ക്ക് തോന്നാത്തതിനാൽ ഞാനയാളോട് ചോദിച്ചു.

"ഗൗണ്ടറെ നോട് ബേക്കു."

"ഞാനാ ഗൗണ്ടറ്" അയാൾ പച്ച മലയാളത്തിൽ പറഞ്ഞപ്പോൾ ഞാൻ സമ്മിശ്രവികാരത്താൽ വീർപ്പുമുട്ടി.

"സാറിന് മലയാളം അറിയാമോ?"

"നന്നായി അറിയാം, പേരിൽ മാത്രമേ ഗൗണ്ടർ ഉള്ളൂ. അമ്മ മലയാളി, പേര് മീനാക്ഷി, അച്ഛൻ മാധവ രാമരായ ഗൗണ്ടർ"

"നിങ്ങളെപ്പറ്റി കേട്ടപ്പോൾ ഞാൻ മനസ്സിൽ കണ്ട രൂപമല്ല"

"പലരും അങ്ങിനെ പറഞ്ഞിട്ടുണ്ട്, സാധാരണ ഗൗണ്ടർ എന്ന് പറയുമ്പോൾ വലിയ മീശയൊക്കെ പ്രതീക്ഷിക്കും അല്ലേ? അയാൾ പൊട്ടിച്ചിരിച്ചു.

എനിക്ക് രവിയോട് വല്ലാത്ത ദേഷ്യം തോന്നി. ഈ പാവം ഗൗണ്ടറിനെപ്പറ്റിയാണ് ഇല്ലാക്കഥകൾ പറഞ്ഞ് അവൻ വെറുതെ എന്നെ നന്നായി പേടിപ്പിച്ചത്.

"നിങ്ങൾ ചായ കുടിച്ചില്ല അല്ലേ?"

"ഇല്ല"

"അതെന്താ, ഗൗണ്ടറുടെ വീട്ടിൽ നിന്നും ഒന്നും കഴിക്കില്ല എന്നുണ്ടോ? "

"ഏയ് അങ്ങിനെയൊന്നുമില്ല"

"പിന്നെ, വിശപ്പില്ലേ?"

"സത്യം ,പറഞ്ഞാൽ ഉണ്ട്"

"മാണിക്യം.... " അയാൾ അകത്തേയ്ക്ക് നോക്കി നീട്ടി വിളിച്ചു.

"അവർ ചായ തരും, അത് കഴിക്ക് ആദ്യം, വന്ന കാര്യം എന്നിട്ട് പറയാം, ഞാനപ്പോഴേക്കും ഒന്നു റെഡിയാവട്ടെ ഞങ്ങളുടെ എസ്റ്റേറ്റിലേക്ക് ഒന്ന് പോണം, പിന്നെ മലയാളികളെ എനിക്ക് ഇഷ്ടമാ, അവരെനിക്ക് അമ്മയുടെ ഓർമ്മ തരും" അയാൾ അതും പറഞ്ഞ് അകത്തേയ്ക്ക് കയറിപ്പോയി. മാണിക്യം അപ്പോഴേക്കും എനിക്ക് ചായയുമായെത്തി. കൈകഴുകാനായി ഒരു പാത്രത്തിൽ വെള്ളവും തന്നു. ഞാൻ മുത്താറികൊണ്ടുള്ള ആ സാധനം കൗതുകത്തോടെ നോക്കി. ഒന്നെടുത്ത് ചീരക്കറിയിൽ മുക്കി കഴിച്ച് നോക്കി. വലിയ കുഴപ്പമില്ല. അങ്ങിനെ ആദ്യമായി ഞാനൊരു ഗൗണ്ടയാഹാരം കഴിച്ചു കൊണ്ട് ഗൗണ്ടറുടെ ആതിഥേയത്വം സന്തോഷത്തോടെ സ്വീകരിച്ചു. നല്ല വിശപ്പുള്ളതിനാൽ അവർ കൊണ്ടുവന്നത് മുഴുവൻ കഴിച്ചു. ഇതിനിടയിൽ മാണിക്യം അകത്ത് നിന്നും രണ്ട് വലിയ പൂവൻ പഴം കൂടി കൊണ്ടുവന്നു തന്നു. ഞാൻ കഴിക്കുന്നത് ഒരു ചെറു പുഞ്ചിരിയോടെ അവൾ നോക്കി നിന്നു. കറുത്ത് മെലിഞ്ഞ അവൾക്ക് ഇരുപത്തഞ്ച് വയസ്സുണ്ടാവുമെന്ന് തോന്നി. ഒരു പഴയ കോട്ടൺ സാരിയാണ് ധരിച്ചിരുന്നതെങ്കിലും അത് മനോഹരമായി ഉടുത്തിട്ടുണ്ടായിരുന്നു. അവളുടെ സ്ഥായി ഭാവം പുഞ്ചിരിയാണെന്ന് തോന്നി. രണ്ട് നുണക്കുഴികൾ അവളുടെ ആ ചിരികൾക്കിടയിലൂടെ നാണത്തോടെ എത്തി നോക്കുന്നുണ്ടായിരുന്നു.

ആ വലിയ ബംഗ്ലാവിന്റെ വിശാലമായ മുറ്റത്ത് ജോലിക്കാർ വിവിധ ജോലികൾ ചെയ്യുന്നത് ഞാൻ കോലായിലിരുന്ന് സാകൂതം നോക്കിക്കൊണ്ടിരുന്നു. ഗൗണ്ടർ അപ്പോഴേക്കും

ഒരു വെളുത്ത മുണ്ടും വെള്ള ഫുൾ കൈ ഷർട്ടുമിട്ട് പുറത്തേക്ക് വന്നു. കൈയിൽ ഒരു ചെറിയ സ്യൂട്ട് കേയ്സും ഉണ്ട്. അയാൾ എന്നോട് പറഞ്ഞു.

"യാത്ര ഇഷ്ടമാണെങ്കിൽ കൂടെ വന്നോളൂ, ഇടയിൽ വന്ന കാര്യവും പറയാം"

"സാറ് എസ്റ്റേറ്റിലേക്കല്ലേ?"

"അതെ, അതാ വരാൻ പറഞ്ഞത്, കുറച്ച് നേരം മലയാളം പറയുകയും ചെയ്യാം " അയാൾ ചിരിച്ചു.

അയാൾ ജീപ്പ് സ്റ്റാർട്ടാക്കി. ഞാൻ അയാളോടൊപ്പം മുൻ സീറ്റിൽ കയറി ഇരുന്നു. സാവധാനം വാഹനം മുന്നോട്ട് നീങ്ങി.

" മംഗലാപുരം മുമ്പ് വന്നിട്ടുണ്ടോ?"

"ഇല്ല "

"പിന്നെ, മുറി കന്നഡ എവിടുന്ന് പഠിച്ചു "

"മൂന്നാല് മാസം മൈസൂരിലെ ഒരു ബേക്കറിയിൽ ഉണ്ടായിരുന്നു. അച്ഛന്റെ അകന്ന ഒരു ബന്ധുവിന്റെ കടയിൽ "

" ഇപ്പോ എന്ത് ചെയ്യുന്നു."

" പ്രത്യേകിച്ച് ഒന്നുമില്ല''

" അപ്പോ ജോലിയന്വേഷിച്ചാണോ ഇവിടെ വന്നത്?"

"അല്ല "

"പിന്നെ?"

"ഒരാളെ അന്വേഷിച്ച് വന്നതാണ് "

"എന്നിട്ട് അയാളെ കണ്ടില്ലേ?"

"ഇല്ല"

"അഡ്രെസ്സ് ഇല്ലേ?"

"ഉണ്ട്"

"അവിടെ പോയി അന്വേഷിച്ചില്ലേ?"

"ഉം, സാറിനറിയാം ആളെ "

"ആണോ?, പേരെന്താ?"

"മൃണാളിനി"

ആ പേര് കേട്ടപ്പോൾ അയാൾ ജീപ്പ് റോഡിൽ നിന്നുമിറക്കി ഒരു മരത്തണലിൽ നിർത്തി.

"മൃണാളിനിയുടെ ആരാ?"

"ആരുമല്ല"

"പിന്നെ?"

"അവൾക്കെന്നോട് എന്തോ പറയാനുണ്ടായിരുന്നു, അന്ന് അത് കേൾക്കാനുള്ള മാനസികാവസ്ഥയുണ്ടായില്ല"

"അത് അറിയാനാണോ നിങ്ങൾ ഇത്രയും ദൂരം വന്നത്?"

"അതെ"

"വിചിത്രമായിരിക്കുന്നു"

"അവൾ എവിടെയാണ് ഉള്ളത്? "

"നമ്മൾ അങ്ങോട്ടാണ് പോകുന്നത് "

"അവളെ നിങ്ങൾ എങ്ങിനെയാണ് പരിചയപ്പെട്ടത്?"

അയാൾ അതും പറഞ്ഞ് ജീപ്പ് റോഡിലേയ്ക്കെടുത്തു വളരെ വേഗത്തിൽ ഓടിച്ച് തുടങ്ങി.

"എനിക്കൊരു ചെറിയ കടയുണ്ടായിരുന്നു; അവിടെ അവൾ സാധനങ്ങൾ വാങ്ങാൻ പതിവായി വരാറുണ്ട് "

"ഉം"

അയാൾ പിന്നീട് കൂടുതലായി ഒന്നും ചോദിച്ചില്ല. ജീപ്പ് ഹൈവേ പിന്നിട്ട് വീതി കുറഞ്ഞ പാതയിലേക്ക് നീങ്ങി. അത് പിന്നീട് ഹൈറേഞ്ചുകൾ കീഴടക്കാൻ തുടങ്ങി. ഞാൻ വെറുതെ ജീപ്പിനു പിറകിലേയ്ക്ക് നോക്കിയപ്പോൾ ഒരു ഇരട്ടക്കുഴൽ തോക്ക് സീറ്റിനോട് ചേർന്ന് ചാരിവെച്ചിരിക്കുന്നത് കണ്ടു. അകാരണമായ ഒരു ഭയം എന്നെ കീഴടക്കാൻ തുടങ്ങിയപ്പോൾ ഇരുവശവുമുള്ള കാടിന്റെ വന്യഭാവം എന്നെ നോക്കി പല്ലിറുമ്മി.

ഗൗണ്ടർ ജീപ്പ് ഒരു ചെറിയ കാട്ടരുവിയുടെ കരയിലായി നിർത്തി. അയാൾ പുറത്തേക്കിറങ്ങി. വെള്ളത്തിലിറങ്ങി കൈയും മുഖവുമെല്ലാം കഴുകി. ഞാനും വെള്ളത്തിലേക്കിറങ്ങി. ആ വെള്ളത്തിന് നല്ല തണുപ്പുണ്ടായിരുന്നു. കുറച്ചെടുത്ത് മുഖം കഴുകി. ഗൗണ്ടർ ഒന്നും പറയാതെ വണ്ടിക്കരികിലേയ്ക്ക് കയറിപ്പോയി. ഞാൻ ഒരു വൻമരത്തിനടിയിലായി ഇരുന്നു കൊണ്ട് മൂത്രശങ്ക തീർത്തു. അവിടെ അല്പനേരം കാടിന്റെ സംഗീതം കേട്ടു നിന്നു. പിന്നെ തിരിച്ച് വണ്ടിക്കരികിലെത്തിയപ്പോൾ അയാളെ കണ്ടില്ല. വണ്ടിയിലിരുന്ന തോക്കും കാണുന്നില്ല. വണ്ടി നിർത്തിയതിന്റെ വിപരീത ദിശയിൽ ഒരു ചെറിയ നടപ്പാത കാട്ടിനുള്ളിലേയ്ക്ക് പോകുന്നുണ്ട്. അതിലൂടെ അയാൾ കാട്ടിനകത്തേയ്ക്ക് പോയതാവും എന്നു ഞാൻ ഊഹിച്ചു. ആ വഴിയിലൂടെ ഞാൻ മുന്നോട്ടേക്ക് നീങ്ങി. ഒരഞ്ചു മിനിറ്റു ദൂരം ഞാൻ നടന്നെങ്കിലും ആരെയും കണ്ടില്ല. വൻമരങ്ങളിൽ നിന്നും മലയണ്ണാന്മാർ എന്നെ നോക്കി ചിലച്ചു. ഏതൊക്കയോ പക്ഷികളുടെ ഇതുവരെ കേൾക്കാത്ത കൂവലുകൾ എന്നിൽ ഭയാശങ്കകൾ നിറച്ചു. തിരിച്ച് വണ്ടിയുടെ അടുത്തേക്ക് പോയാലോ എന്ന് ചിന്തിച്ച് കൊണ്ട് ഞാനവിടെ നിന്നും ചുറ്റും നോക്കി. അപ്പോൾ എന്റെ കർണ്ണങ്ങളെ തുളച്ച് കയറിക്കൊണ്ട് ഒരു വെടി ശബ്ദം മുഴങ്ങി. അതിനൊപ്പം ഏതോ ഒരു ജീവിയുടെ ഭീതിപ്പെടുത്തുന്ന പിടച്ചിലും കരച്ചിലും ഉയർന്നു. ഞാൻ ശബ്ദം കേട്ട ദിക്കിലേയ്ക്ക് ഓടി. ഒരു മരത്തിന്റെ വേരിൽ തട്ടി ഞാൻ മറിഞ്ഞു വീണു. കാൽ മുട്ട് ഒരു കല്ലിൽ ഉരഞ്ഞു. തൊലിയല്പം പോയി. ചോര പൊടിഞ്ഞു വന്നു. അപ്പോഴാണ് എന്റെ പാദത്തിന്റെ മുകൾ വശത്തായി രണ്ട് അട്ടകൾ ചോര കുടിച്ച് വീർത്ത് നില്ക്കുന്നത് കണ്ടത്. ഞാൻ പരിഭ്രമത്തോടെ ഒരു ചുള്ളിക്കമ്പെടുത്ത് അതിനെ തോണ്ടി മാറ്റാൻ ശ്രമിച്ചു.

അവറ്റകൾ ഒരു കൂസലുമില്ലാതെ കടിച്ച് തൂങ്ങുകയാണ്. ഞാൻ ശക്തിയിൽ രണ്ടെണ്ണത്തിനേയും കുത്തി മാറ്റിയപ്പോൾ ചുടുചോര അവയുടെ കടിയേറ്റ ഭാഗത്ത് നിന്നും പുറത്തേക്കൊഴുകി. അതൊന്നും കാര്യമാക്കാതെ ഞാൻ വെടിയൊച്ച കേട്ട ഭാഗത്തേക്ക് നീങ്ങി. പക്ഷേ ആരേയും കണ്ടില്ല. അരുവിയ്ക്കരികിൽ എത്തുന്നതിന്റെ തൊട്ട് മുമ്പ് പുലിയുടെ ചിത്രമുള്ള ഒരു മുന്നറിയിപ്പ് ബോർഡ് ഞാൻ കണ്ടിരുന്നു. ആ കാട്ടിൽ പുലികൾ ഉണ്ടാവാനുള്ള സാധ്യത എന്റെ മനസ്സിലേക്ക് ചാടി വന്നപ്പോൾ ഭയം എന്നെ വല്ലാതെ വീർപ്പ് മുട്ടിച്ചു. മുന്നോട്ട് പോകാൻ സമ്മതിക്കാതെ അത് മനസ്സിനെ കൂച്ച് വിലങ്ങിട്ടു വലിച്ചു. ഞാൻ തിരിച്ച് ജീപ്പിനരികിലേയ്ക്ക് നടന്നു. അയാളെയും കാത്ത് ഞാൻ വണ്ടിയിൽ കയറി ഇരുന്നു. സമയമാകുന്ന മരത്തിന്റെ പഴുത്ത ഇലകൾ സാവധാനം കൊഴിഞ്ഞ് വീണ് കൊണ്ടിരുന്നു. പെട്ടെന്ന് ഒരു വെടി ശബ്ദം കൂടി കുറച്ചകലെയായി കേട്ടു. എന്തോ ഒരത്യാപത്ത് സംഭവിച്ചതായി മനസ്സ് മന്ത്രിച്ചു. ഞാൻ ആ ഭാഗത്തേയ്ക്ക് ഒരുൾക്കിടിലത്തോടെ നോക്കിയിരുന്നു.

ഗൗണ്ടറെ കാണാത്തതിനാൽ വീണ്ടും കാടിനുള്ളിലേയ്ക്ക് ചെന്നു നോക്കാൻ ഞാൻ തീരുമാനിച്ചു. ആ വഴിയിലൂടെ ഒരൊറ്റ വാഹനം പോലും അത് വരെ കടന്ന് പോകാത്തത് എന്റെ ഭയത്തിന് മൂർച്ച കൂട്ടിക്കൊണ്ടിരുന്നു. അത് വല്ലാതെ ഹൃദയ ഭിത്തികളെ മുറിവേല്പിച്ച് കൊണ്ടിരുന്നു. ഞാൻ ജീപ്പിൽ നിന്നുമിറങ്ങി വെടിയൊച്ച കേട്ട ഭാഗത്തേക്ക് നടന്നു. ഒരു വലിയ മലമുഴക്കി വേഴാമ്പൽ എന്റെ തലയ്ക്കു മുകളിലൂടെ ചിറകടിച്ച് പറന്നു. അത് ഒരു മരപ്പൊത്തിന്റെ അരികിലായി ചെന്നിരുന്നു. അതിനകത്ത് ഉള്ള പെൺ വേഴാമ്പലിന് തന്റെ കൊക്കിലുണ്ടായിരുന്ന ചെറിയ കനികൾ നല്കിയതിന് ശേഷം എങ്ങോട്ടോ പറന്നു പോയി. ആ കാഴ്ച

എന്റെയുള്ളത്തെ ചെറുതായൊന്ന് കുളിർപ്പിച്ചെങ്കിലും അടുത്ത നിമിഷം ഉണ്ടായ വെടി ശബ്ദത്തിൽ ഞാൻ വിറങ്ങലിച്ച് പോയി. ഒരു വലിയ കാട്ടുപന്നി തലയിൽ ചോരയും ഒലിപ്പിച്ച് കൊണ്ട് എന്റെ നേർക്ക് പാഞ്ഞ് വന്നെങ്കിലും തൊട്ടു മുന്നിലായി അത് പിടഞ്ഞ് വീണു. അപ്പോഴേക്കും ഗൗണ്ടർ അതിന്റെ പിന്നാലെ ഓടിയെത്തി. ഒരു ചെറിയ പന്നി കുഞ്ഞ് അയാളുടെ കൈകളിൽ രക്തത്തിൽ കുതിർന്നു കിടന്നു. ഈ കാഴ്ച എന്നെ വല്ലാതെ സങ്കടപ്പെടുത്തി. അയാൾ ആ കുഞ്ഞിനെ എന്റെ കൈകളിലേയ്ക്ക് വച്ചു തന്നപ്പോൾ അതിന്റെ തുറന്ന് പിടിച്ച കണ്ണുകളിലെ നിഷ്ക്കളങ്ക ഭാവമെന്നെ വല്ലാതെ നോവിച്ചു. എനിക്ക് ഗൗണ്ടറോട് അരിശം തോന്നിയെങ്കിലും മൗനം പാലിച്ചു. അയാൾ ആ വലിയ പന്നിയെ വലിച്ചിഴച്ച് കൊണ്ട് മുന്നിൽ നടന്നു. ജീപ്പിന്റെ പിറകിലായി അയാൾ അവയെ കിടത്തി. അവർ പരസ്പരം അവിടെ ചേതനയറ്റ് പുല്കിക്കിടന്നു. ഗൗണ്ടർ എന്നോട് ഒന്നും സംസാരിച്ചില്ല. അയാൾ ജീപ്പ് സ്റ്റാർട്ട് ചെയ്തു. പിന്നെ ഒരു കന്നഡ ഗാനത്തിന്റെ വരികൾ ഉറക്കെ പാടാൻ തുടങ്ങി. അത് എന്നെ വല്ലാതെ അലോസരപ്പെടുത്തിക്കൊണ്ടിരുന്നു. അയാളിൽ പൊടുന്നനെ വന്ന മാറ്റം എന്നെ അത്ഭുതപ്പെടുത്തി. അയാളുടെ വീട്ടിൽ വെച്ച് എന്നാട് വളരെ സ്നേഹത്തോടെ പെരുമാറിയ ആളാണ് ഇത് എന്ന് എനിക്ക് വിശ്വസിക്കാനായില്ല. അയാളുടെ കണ്ണുകൾ സെൻട്രൽ മിററിൽ രൗദ്രതയോടെ തിളങ്ങുന്നത് ഞാൻ കണ്ടു. ഒരു വന്യഭാവം അയാളുടെ ഓരോ ചേഷ്ടകളിലും പ്രകടമായിക്കൊണ്ടിരുന്നു. പിറകിൽ വന്ന ഒരു ചരക്ക് ലോറി ഹോണടിച്ചപ്പോഴാണ് അയാളുടെ കഴുത ഗാനത്തിന് വിരാമമായത്. ഞാൻ ആ ലോറി ഡ്രൈവറോട് മനസ്സിൽ നന്ദി പറഞ്ഞു. സമയം ഏകദേശം ഉച്ച കഴിയാറായിരിക്കുന്നു.

വിശപ്പും ദാഹവും എനിയ്ക്ക് നന്നായി ഉണ്ടെങ്കിലും ഞാൻ ഒന്നും മിണ്ടിയില്ല. അയാൾ ഇടയ്ക്കിടക്ക് സീറ്റിനരികിൽ തിരുകി വെച്ച കുപ്പിയിലെ വെള്ളം എടുത്ത് കുടിക്കുന്നുണ്ടായിരുന്നു. വാഹനം കാനന പാതകൾ പിന്നിട്ട് ജനവാസ കേന്ദ്രങ്ങളിലേയ്ക്ക് കയറി. ഒരു ചെറിയ ഓലക്കടയ്ക്കു മുന്നിൽ അയാൾ ജീപ്പ് നിർത്തി. അതിനുള്ളിൽ രണ്ട് മേശയും ബഞ്ചും ഇട്ടിട്ടുണ്ട്. അത് ചെറിയ ഒരു ചായക്കടയാണ് എന്ന് എനിക്ക് ഉള്ളിലേയ്ക്ക് പ്രവേശിച്ചപ്പോൾ മനസ്സിലായി. അയാളും ഞാനും അഭിമുഖമായിരുന്നപ്പോൾ അവിടെയുണ്ടായിരുന്ന കാതിൽ കുണുക്കിട്ട ഒരു വൃദ്ധൻ രണ്ട് വലിയ പ്ലേറ്റുകൾ ഞങ്ങൾക്ക് മുന്നിലായി കൊണ്ടു വന്നു വെച്ചു. പിന്നെ ഞങ്ങളെ രണ്ടാളേയും മാറി മാറി നോക്കിയപ്പോൾ ഗൗണ്ടർ പറഞ്ഞു.

"എരട് ഊട്ട "

അപ്പോൾ ഉള്ളിൽ നിന്നും ഒരു സ്ത്രീ നാദം ഞാൻ കേട്ടു. ഒരു ഇരുപതുകാരി പെൺകുട്ടി ഒരു പാത്രത്തിൽ നിറയെ പച്ചരിച്ചോറുമായി ഞങ്ങൾക്കരികിലെത്തി. കറുത്ത ആ അഴകാർന്ന മാൻ മിഴി ഞങ്ങളെയൊന്ന് കടാക്ഷിക്കുക കൂടി ചെയ്യാതെ ചോറ് വിളമ്പി. അതിൽ സാമ്പാറും പപ്പടവും ഒരു ഉപ്പേരിയും കൂടി ചാർത്തിയതിന് ശേഷം അകത്തേയ്ക്ക് പോയി. നല്ല വിശപ്പുണ്ടായിരുന്നതിനാൽ വളരെ രുചികരമായി ആദ്യം എല്ലാം അനുഭവപ്പെട്ടെങ്കിലും പോകപ്പോകെ എല്ലാ രുചി ഭേദങ്ങളും എന്നിൽ മടുപ്പുണ്ടാക്കി.

ഭക്ഷണം കഴിച്ച് ഞങ്ങൾ അവിടെ നിന്നും പുറത്തേക്കിറങ്ങി. ജീപ്പിൽ കയറി. ഗൗണ്ടർ പോക്കറ്റിൽ നിന്നും ഒരു വിൽസ് സിഗരറ്റ് എടുത്തു കത്തിച്ചു വലിച്ചു. ഒന്ന് എനിക്ക് നേരെ നീട്ടിക്കൊണ്ട് പറഞ്ഞു.

"ഞാൻ ഉണ്ടു കഴിഞ്ഞാൽ ഒന്ന് വലിക്കും, എന്താ വേണോ?"

ഞാൻ ഒരു സിഗരറ്റ് വാങ്ങി കത്തിച്ചു. അയാൾ ജീപ്പ് സ്റ്റാർട്ട് ചെയ്തു. ഞങ്ങൾ വീണ്ടും യാത്ര തുടങ്ങി.

"ഇനി കുറെ ദൂരമുണ്ടോ?" ഞാൻ അല്പം മടിയോടെ ചോദിച്ചു.

"രണ്ട് മണിക്കൂറിനകം എത്തും, എന്താ മൃണാളിനിയെ കാണാൻ ധൃതിയായോ?" അയാൾ ചെറുതായി ചിരിച്ച് കൊണ്ട് ചോദിച്ചു.

"ഏയ് അതല്ല, വെറുതെ ചോദിച്ചതാ"

അപ്പോൾ വീണ്ടും അയാൾ ഒരു കന്നഡ ഗാനം പാടാൻ തുടങ്ങി. അതൊരു പ്രണയ ഗാനമാണെന്ന് അതിന്റെ വരികൾ കേട്ടപ്പോൾ എനിക്ക് തോന്നിയെങ്കിലും അയാളുടെ സ്വരത്തിൽ യാതൊരു റൊമാന്റിക് ഭാവവും ഉണ്ടായിരുന്നില്ല. ഇടയ്ക്ക് അതിന്റെ താളം പോലെ അയാൾ ഹോൺ മുഴക്കിക്കൊണ്ടിരുന്നു. ക്ഷീണം കാരണം എന്റെ കണ്ണുകൾ പതിയെ അടഞ്ഞ് വന്നെങ്കിലും ഞാൻ അവയെ നിഷ്ക്കരുണം തുറന്ന് പിടിച്ചു.

വൈകുന്നേരമാവുമ്പോഴേക്കും ഞങ്ങൾ അയാളുടെ എസ്റ്റേറ്റിലേക്ക് എത്തിച്ചേർന്നു. അവിടെയും കുറെ തൊഴിലാളികൾ ഉണ്ടായിരുന്നു. ജീപ്പിന്റെ പിറകിൽ നിന്നും ഒരാൾ പന്നിയെയും കുഞ്ഞിനെയും എടുത്തു എങ്ങോട്ടോ കൊണ്ടുപോയി. അയാൾ ഒരു ജോലിക്കാരനെ വിളിച്ചു എന്തൊക്കയോ കന്നഡയിൽ പറഞ്ഞു. എന്നിട്ട് എന്നെ നോക്കി പറഞ്ഞു.

"നിങ്ങൾക്ക് താമസിക്കാനുള്ള സ്ഥലം ഇയാൾ കാണിച്ച് തരും, ബാക്കി കാര്യങ്ങൾ പിന്നീട് ആലോചിക്കാം" അതും പറഞ്ഞ് അയാൾ എസ്റ്റേറ്റ് ബംഗ്ലാവിനകത്തേയ്ക്ക് കയറിപ്പോയി. ഞാൻ ആ കറുത്ത് കുറുകിയ മനുഷ്യൻ

കാണിച്ച വഴിയിലൂടെ വെളിയിലേക്ക് നടന്നു. എസ്റ്റേറ്റിൽ കാപ്പി, ഏലം എന്നീ കൃഷികളാണ് ഉണ്ടായിരുന്നത്. കണ്ണെത്താ ദൂരത്തോളം അത് പടർന്ന് കിടന്നു. അയാൾ എന്നെ ഒരു ചെറിയ വീട്ടിലേക്കാണ് കൊണ്ടുപോയത്. ഞാൻ അതിന്റെ കോലായിലിരുന്നു. അത്തരത്തിലുള്ള നിരവധി വീടുകൾ അവിടെയുണ്ടായിരുന്നു. ആ വീട്ടിൽ ആരും താമസമുണ്ടായിരുന്നില്ല. അയാൾ കൈയിലിരുന്ന താക്കോലെടുത്ത് വാതിൽ തുറന്നു. ഒരു ചൂലെടുത്ത് അവിടെയൊക്കെ അടിച്ച് വൃത്തിയാക്കി.

രണ്ട് മുറികളും ചെറിയ ഒരടുക്കളയും കോലായും ഉള്ള ആ ഓടിട്ട കൊച്ച് വീടിന് അടുത്തായി ഒരു വലിയ കിണറും ഉണ്ടായിരുന്നു. ചില സ്ത്രീകൾ അവിടെ നിന്നും വെള്ളം കോരിക്കൊണ്ട് പോകുന്നുണ്ട്. വൃത്തിയാക്കി കഴിഞ്ഞപ്പോൾ അയാൾ എന്നോട് ഒന്നും പറയാതെ വന്ന വഴിയെ പോയി. ഞാൻ അകത്തേയ്ക്ക് കയറിയപ്പോൾ നാലഞ്ച് പ്രാവശ്യം തുമ്മി. വർഷങ്ങളായുള്ള പൊടി ഇളകിയതിന്റെ പ്രതിഷേധമാണ് തുമ്മലായി രൂപം കൊണ്ടത്. ഒരു മുറിയിൽ ചെറിയ ഒരു കയറുകട്ടിൽ ഉണ്ടായിരുന്നു. ഞാൻ അതിൽ കിടന്നു. പെട്ടന്ന് തന്നെ മയങ്ങിപ്പോയി.

സന്ധ്യയോടടുത്തപ്പോൾ ആരോ വാതിലിന് മുട്ടുന്ന ശബ്ദം കേട്ടാണ് ഞാൻ വാതിൽ തുറന്നത്. കറുത്ത് തടിച്ച ഒരു സ്ത്രീ എന്നെ നോക്കി ചിരിച്ചു. അവരുടെ വായിലെ താംബൂലം മുറ്റത്തേക്ക് ആഞ്ഞ് തുപ്പിക്കൊണ്ട് എന്നോട് ചോദിച്ചു.

"രാത്രീല് കഴിക്കാനെന്താ വേണ്ടത്?"

അവരുടെ മലയാളം കേട്ടപ്പോൾ കുറച്ച് ആശ്വാസം തോന്നി.

"എന്തായാലും മതി''

"ചപ്പാത്തീം കോഴിക്കറീം ആയാലോ? "

"ഓ കുഴപ്പല്ല്യ"

"അല്ലേങ്കീ വേണ്ട, പന്നി വരട്ട്യേതും പുട്ടും ആയാലോ?"
ഞാൻ അല്പമൊന്നു സംശയിച്ച് നിന്നു. ആ പന്നി
കുഞ്ഞിന്റെ തുറന്ന് പിടിച്ച കണ്ണുകൾ എന്റെ ഓർമ്മയിൽ
തെളിഞ്ഞു.
"വേണ്ട, ചെറുതായിട്ട് എന്തെങ്കിലും മതി"
അവർ വായിലെ താംബൂലം മുറ്റത്ത് വീണ്ടും കാർക്കിച്ച്
തുപ്പി. എനിക്ക് വല്ലാത്ത അറപ്പ് തോന്നി.
"ന്നാ പിന്നെ നാല് പൊറാട്ടേം മട്ടൻ ചാപ്സും എടുക്കാം"
അവർ ഉറക്കെ പൊട്ടിച്ചിരിച്ചു. ഞാൻ എന്ത്
പറയണമെന്നറിയാതെ കുഴങ്ങി നിന്നപ്പോൾ ഒരു
ഇരുപത്തിയഞ്ചുകാരി ഇരുനിറമുള്ള സുന്ദരി ഓടി വന്ന്
അവരെ പിടിച്ച് വലിച്ച് കൊണ്ട് പോകാൻ ഒരു ശ്രമം നടത്തി.
അതിനിടയിൽ അവൾ എന്നോട് പറഞ്ഞു.
"സോറി ട്ടോ, അമ്മയാണ് നല്ല സുഖല്യ, ഭക്ഷണം
കൊണ്ടോരാൻ എന്നെയാ ഏല്പിച്ചേ"
അവൾ അമ്മയെ നിർബന്ധിച്ച് കൂട്ടിക്കൊണ്ട് പോയി.
അപ്പോഴും അവരുടെ പൊട്ടിച്ചിരി എന്റെ കാതിൽ
മുഴങ്ങിക്കൊണ്ടിരുന്നു.

12

അധ്യായം പന്ത്രണ്ട്

ഞാൻ കിണറിൽ നിന്നും വെള്ളം കോരി കൈയും മുഖവുമെല്ലാം കഴുകി. ഒരു തുവർത്ത് മുണ്ട് പോലും എന്റെ കൈയിലുണ്ടായിരുന്നില്ല. മാറ്റിയിടാൻ ഒരു വസ്ത്രം പോലും ഇല്ല. എന്തെങ്കിലും വാങ്ങാൻ പൈസയുമില്ല. കോലായിലെ തൂണും ചാരി, എന്റെ ഭാവിയോർത്ത് അന്നാദ്യമായി ഉത്ക്കണ്ഠാകുലനായി മച്ചിലേക്ക് നോക്കിയിരുന്നു. കുറച്ച് സമയം എന്നിലുയർന്ന് വന്ന വേവലാതികളെ അടക്കാനാവാതെ വീർപ്പുമുട്ടി. പിന്നെ മൂന്ന് പ്രാവശ്യം ശ്വാസം ഉള്ളിലേയ്ക്ക് ദീർഘമായി എടുത്ത് സാവധാനം നിശ്വസിച്ച് മനസ്സിന് ഒരു അയവ് വരുത്താൻ ശ്രമിച്ചു. അപ്പോൾ മുമ്പ് വന്ന മഞ്ജുളാംഗി ഒരു പാത്രത്തിൽ ചോറും കറികളുമായെത്തി. അവൾ കൈയിലിരുന്ന പേനാക്കത്തി കൊണ്ട് കിണറിനരികിലായി നിന്ന പൂവൻ വാഴയുടെ ഒരു നാക്കില മുറിച്ച് നന്നായി കഴുകി എന്റെ മുന്നിൽ വെച്ചു. അതിലേക്ക് കുത്തരിച്ചോറും പച്ചക്കറിയും രണ്ട് കൂട്ടം ഉപ്പേരിയും വിളമ്പി തന്നു. ചെറിയ ഒരു പാത്രത്തിൽ തൈരും അതിനടുത്തായി വെച്ചു. അവൾ ഒരു കലാകാരിയെപ്പോലെയാണ് അതെല്ലാം നിർവ്വഹിച്ചത്. അതിന് ശേഷം എന്നോട് പറഞ്ഞു.

"കൈ കഴുകിക്കോളൂ"

ഞാൻ ബക്കറ്റിലെ വെള്ളത്തിൽ കൈ ഒന്നു കൂടി അവൾ കാൺകെ കഴുകി, ഇലയ്ക്ക് മുമ്പിൽ ഇരുന്നു. സാവധാനം കഴിപ്പ് തുടങ്ങി. അവൾ കറികളും ഉപ്പേരിയും തീരുന്നതിനനുസരിച്ച് വീണ്ടും വിളമ്പിക്കൊണ്ട് ചോദിച്ചു.

" മാറ്റിയിടാൻ ഒന്നും എടുത്തിട്ടില്ല അല്ലേ?"

ഞാൻ വായിലിട്ട ഉരുള പെട്ടെന്ന് താഴേക്ക് ഇറക്കിക്കൊണ്ട് പറഞ്ഞു.

"ഇല്ല, വല്ല ലുങ്കിയോ ബനിയനോ കിട്ടിയാൽ നന്നായിരുന്നു"

"ഞാൻ കൊണ്ടു വന്ന് തരാം" അവൾ എന്നെ നോക്കി പുഞ്ചിരിച്ചു.

അവൾ വേഗത്തിൽ നടന്നു പോയി.

ഞാൻ ഭക്ഷണം കഴിച്ചതിന് ശേഷം പാത്രങ്ങൾ എല്ലാം കഴുകി വെച്ചു. കറികൾക്കെല്ലാം നല്ല രുചിയുണ്ടായിരുന്നു. അവൾ പാചകകലയിൽ മിടുക്കിയാണെന്ന് തോന്നി. ഞാൻ വീണ്ടും തൂണും ചാരി അവൾ വരുന്നതും കാത്തിരുന്നു. അരമണിക്കൂറിനുള്ളിൽ അവൾ വീണ്ടുമെത്തി. കൈയിലെ കവറിൽ നിന്നും രണ്ട് ടീ ഷർട്ടുകളും ഒരു ലുങ്കിയും ഒരു വിരിയും പുറത്തേക്ക് എടുത്തു തന്നിട്ട് പറഞ്ഞു.

"ഇനിയെന്തെങ്കിലും വേണമെങ്കിൽ ചോദിക്കാൻ മടിക്കേണ്ട, ഇതെല്ലാം അച്ഛന്റേതാണ് "

"ഓ ഇതു മതി" ഞാൻ സന്തോഷത്തോടെ അതെല്ലാം ഏറ്റുവാങ്ങിക്കൊണ്ട് ചോദിച്ചു.

"അച്ഛൻ എന്ത് ചെയ്യുന്നു?"

അവൾ അല്പനേരം മൗനമായി നിന്നു. പിന്നെ പതിയെ പറഞ്ഞു.

"അച്ഛൻ മൂന്ന് മാസം മുമ്പ് മരിച്ചു "

അത്തരമൊരുത്തരം ഒരിക്കലും പ്രതീക്ഷിക്കാതിരുന്നതിനാൽ ഞാൻ ഒന്ന് വിളറി. എന്റെ കൈയിലെ വസ്ത്രങ്ങളിൽ മരണഗന്ധം പറ്റിയിരിക്കുന്നത് പോലെ തോന്നി. അവളുടെ നയനങ്ങളിൽ നനവ് പടർന്നതായി ഞാനറിഞ്ഞു. അവൾ പിന്നെ അവിടെ നിന്നില്ല പാത്രങ്ങളെല്ലാം ആ കവറിലേയ്ക്ക് എടുത്തിട്ടുകൊണ്ട് ഒന്നും മിണ്ടാതെ പുറത്തേക്ക് നടന്നു. പെട്ടെന്ന് എന്തോ ഓർത്ത പോലെ തിരിച്ചു വന്നു. എന്റെ കൈയിൽ നിന്നും ഒരു മടക്കി വെച്ച ടീ ഷർട്ട് എടുത്ത് നിവർത്തി. അതിനുള്ളിൽ ഒരു കൊതുകുതിരിയും തീപ്പെട്ടിയുമുണ്ടായിരുന്നു. അതെനിക്ക് എടുത്ത് തന്നിട്ട് പറഞ്ഞു.

"കൊതുക് ഉണ്ടാവും, ഉറങ്ങാൻ നേരം ഇത് കത്തിച്ച് വെച്ചോളൂ, ഞാൻ രാവിലെ ചായയും ആയി വരാം"

ഞാൻ തലയാട്ടി നിന്നപ്പോൾ, അവൾ പതിയെ പുഞ്ചിരിച്ച് കൊണ്ട് ഓടിപ്പോയി.

ലുങ്കിയും ടീ ഷർട്ടും ധരിച്ച് ഞാൻ പുറത്തേക്കിറങ്ങി. കോടമഞ്ഞ് ആ പ്രദേശമാകെ വ്യാപിച്ച് കിടന്നു. ചെറിയ രണ്ടു മൂന്ന് കടകൾ റോഡിന്റെ ഇരു വശത്തും ഉണ്ട്. അധികം ആളുകൾ ഒന്നും കവലയിൽ ഇല്ല. മലയാളികളും കന്നഡക്കാരും ഇടകലർന്ന ആ തെരുവ് നാശോന്മുഖമായിക്കൊണ്ടിരിക്കുന്ന ഒരു പ്രാചീന സംസ്ക്കാരം പോലെ തോന്നി. കുറച്ച് നേരം റോഡിലൂടെ മുന്നോട്ട് നടന്നു. പ്രത്യേകിച്ച് ഒരു ലക്ഷ്യവുമില്ലായിരുന്നെങ്കിലും തണുപ്പു കാരണം ഞാൻ കിടുങ്ങാൻ തുടങ്ങി. കമ്പിളി വസ്ത്രങ്ങൾ തൂക്കിയിട്ട ഒരു കടയ്ക്ക് മുന്നിലെത്തിയപ്പോൾ അത്തരത്തിലൊന്ന് കിട്ടിയാൽ നന്നായിരുന്നെന്ന് തോന്നി. എന്റെ പണം മോഷ്ടിച്ച് കടന്ന് പോയ അമ്പിളിയെ ഞാൻ അപ്പോൾ വല്ലാതെ വെറുത്തു. വെറുതെ ആ കടയിൽ കയറി

ചിലതിനെല്ലാം വില ചോദിച്ചു. അവയൊന്നും അത്രയ്ക്ക് വില കൂടിയതൊന്നും ആയിരുന്നില്ലെങ്കിലും ഇതിലും കുറഞ്ഞത് ഇല്ലേ?എന്ന എന്റെ ചോദ്യം കേട്ട കടക്കാരൻ ദേഷ്യത്തോടെ എന്നെ നോക്കി. ഞാൻ അവിടെ നിന്നും താമസ സ്ഥലത്തേക്ക് തിരിച്ച് നടക്കവെ വഴിയിൽ വെച്ച് എനിക്ക് താമസ സ്ഥലം കാണിച്ച് തരാൻ കൂടെ വന്ന കന്നഡിയനെ കണ്ടു. അയാൾക്ക് കാലുറയ്ക്കുന്നുണ്ടായിരുന്നില്ല.

"ഊട്ട ആയിത്താ?"

"ആയിത്തു" ഞാൻ തട്ടി വിട്ടു.

അയാൾ ആടിയാടി എന്റെ കൂടെ നടന്നു. അല്പം ചെന്നപ്പോൾ ഒരു കൊച്ചു വീട് കാണിച്ച് പറഞ്ഞു.

"മനൈ"

"ഔതാ?"

"ബന്നീ"

അയാൾ നിർബന്ധിച്ച് വിളിച്ചപ്പോൾ കൂടെ ചെന്നു. അയാൾ വീടിന്റെ കോലായിലിരുന്ന് ഉറക്കെ അട്ടഹസിച്ച് കൊണ്ട് വിളിച്ചു.

"രാഖീ...."

വാതില്ക്കൽ ഒരു വെളുത്തു മെലിഞ്ഞ അംഗന പ്രത്യക്ഷപ്പെട്ടു. അവൾ ഒരു ഗ്ലാസും വെള്ളവും അയാൾക്കരികിലായി വെച്ചു. അയാൾ അരയിൽ നിന്നും ഒരു ഹാഫ് ബോട്ടിൽ വെളുത്ത ദ്രാവകമെടുത്തു. അവളെ നോക്കി പറഞ്ഞു.

"കോത്തി മകാളെ ,എരട് ഗ്ലാസ് ബേക്കു"

അവൾ ഒന്നും മിണ്ടാതെ ഒരു ഗ്ലാസ് കൂടി കൊണ്ടു വന്നു വെച്ചു. അയാൾ രണ്ട് ഗ്ലാസിലും കുപ്പിയിലെ പാനീയവും കൂടെ കുറച്ച് വെള്ളവും ഒഴിച്ച് ഒന്നെടുത്ത് എനിക്ക് നേരെ നീട്ടി. ഞാൻ അത് നിരസിക്കുന്ന മട്ടിൽ പറഞ്ഞു.

"ബേടാ"

അയാൾ ഭാഗ്യവശാൽ എന്നെ കൂടുതൽ നിർബന്ധിക്കാൻ നിന്നില്ല. അഞ്ച് മിനിട്ട് കൊണ്ട് അത് മുഴുവൻ ഒറ്റ വലിക്ക് അകത്താക്കിയ ആശാൻ വെട്ടിയിട്ട വാഴ പോലെ കോലായിൽ ചരിഞ്ഞ് വീണു. ഞാൻ എന്ത് ചെയ്യണമെന്നറിയാതെ പകച്ചു നിന്നു. അകത്ത് നിന്നും അവൾ പതിയെ പുറത്തേക്ക് വന്നു. എന്റെ വെപ്രാളപ്പെട്ട ഭാവം കണ്ട് അവൾ ഒന്നു പുഞ്ചിരിച്ചു. പിന്നെ എന്നോട് ചോദിച്ചു.

"മലയാളിയാണോ?"

"അതെ"

"ഉം, അണ്ണൻ പറഞ്ഞിരുന്നു"

അവൾ അയാളെ താങ്ങി എഴുന്നേല്പിക്കാൻ ശ്രമിച്ചെങ്കിലും നടന്നില്ല. എന്നെ നോക്കി അവൾ പറഞ്ഞു.

"ഒന്ന് സഹായിക്ക് സാറെ''

ഞങ്ങളിരുവരും ചേർന്ന് അയാളെ പതിയെ എഴുന്നേല്പിച്ച് അകത്തെ കട്ടിലിൽ കൊണ്ട് പോയി കിടത്തി. അയാൾ ഞരങ്ങുകയും മൂളുകയും ചെയ്തു കൊണ്ടിരുന്നു. കട്ടിലിനരികിലായി ഒരു തൊട്ടിലിൽ ഒരു വയസ്സ് പ്രായം വരുന്ന ഒരു വെളുത്ത സുന്ദരി കുഞ്ഞ് ഉറങ്ങുന്നുണ്ടായിരുന്നു. ഞാൻ കൗതുകത്തോടെ ആ പെൺകുഞ്ഞിനെ നോക്കി. പതിയെ പുറത്തേക്ക് ഇറങ്ങി.

"ഇന്ന് ഇങ്ങള് വന്നത് നന്നായി അല്ലെങ്കീ ഇന്നലത്തെപ്പോലെ ഇന്നും കിട്ടുമായിരുന്നു" അവൾ മുഖത്തെ നീലിച്ച പാടുകൾ കാണിച്ച് പറഞ്ഞപ്പോൾ സങ്കടവും ദേഷ്യവുമൊക്കെ എന്നിലേക്ക് ഇരച്ച് കയറി. അവളുടെ കണ്ണുകൾ കലങ്ങി.

"ഇപ്പം പറയണത് കുട്ടി അയാൾടെ അല്ലാന്നാ" അവളുടെ മാൻമിഴിയിൽ നിന്നും രണ്ടു തുള്ളി കണ്ണീർ ഉതിർന്നു വീണു. അവൾ കണ്ണ് തുടച്ചു കൊണ്ട് ചോദിച്ചു.

"ഇങ്ങള് ന്തേലും കഴിച്ചതാണോ?"

"ഉം, കഴിച്ചു, ഞാൻ പോട്ടെ "

"നല്ല തണുപ്പുണ്ട്, ഒന്നു നിക്കണേ"

അവൾ അകത്ത് നിന്നും ഒരു കമ്പിളി വസ്ത്രം എടുത്തു കൊണ്ടു വന്നു തന്നു.

ഞാൻ അത് വാങ്ങി ധരിച്ചു. കുറച്ച് നീളം കുറവാണെങ്കിലും വലിയ കുഴപ്പമില്ലായിരുന്നു. ഞാൻ അവളെ നോക്കി പറഞ്ഞു.

"പെങ്ങക്ക് നല്ലത് വരും, വിഷമിക്കാതെ"

ഞാൻ മഞ്ഞിലേയ്ക്ക് ഇഴുകിച്ചേർന്നു നടന്നു.

ആ പെൺകുട്ടി തന്ന അവളുടെ അച്ഛന്റെ ടീ ഷർട്ടും ലുങ്കിയും ധരിച്ച് ഞാൻ ആ പഴയ വീട്ടിലെ കയറു കട്ടിലിൽ ഉറക്കം വരാതെ തിരിഞ്ഞും മറിഞ്ഞും കിടന്നു. മരണം അവശേഷിപ്പിച്ച അയാളുടെ ആവരണം എന്റെ ശരീരത്തിലും മനസ്സിലും അസ്വസ്ഥതയുളവാക്കി. കൊതുകുകളെ അകറ്റാനായി കത്തിച്ച് വെച്ച കൊതുകു തിരിയിൽ നിന്ന് ധൂമ പടലം എന്റെ തലഭാഗത്ത് നിന്ന് ഉയർന്നു കൊണ്ടിരുന്നു. ശേഷക്രിയകൾ ഏറ്റുവാങ്ങാനായി ഒരുക്കി കിടത്തിയ ജഡം പോലെ ഞാൻ നിശ്ചലമായി കുറെ നേരം കിടന്നു. പെട്ടെന്ന് എന്തോ കനപ്പെട്ട ഒന്ന് എന്റെ ശരീരത്തിൽ വന്ന് വീണു. ഭയന്നു പോയ ഞാൻ പുതപ്പോടെ അതിനെ ദൂരെയ്ക്ക് എറിഞ്ഞു. ചാടി എഴുന്നേറ്റ് ലൈറ്റിട്ടു. ഒരു മുഴുത്ത മഞ്ഞച്ചേര എങ്ങോട്ട് പോകണമെന്നറിയാതെ കട്ടിലിന്റെ അടിയിലേക്ക് പാഞ്ഞു കയറി. മച്ചിന്റെ ഇടയിൽ നിന്നും എലിയെ പിടിക്കുമ്പോൾ വീണതാണ്. ഞാൻ പുറത്തിറങ്ങി ഒരു നീളൻ വടിയെടുത്ത് കൊണ്ടു വന്ന് ഒരു വിധം അതിനെ പുറത്താക്കി വാതിലടച്ചു. അതോടെ എന്റെ ഉറക്കമില്ലായ്മയുടെ ദൈർഘ്യം കാക്കകൾ കരയുന്നതുവരെ നീണ്ടു. മുറ്റത്തെ തൈമാവിൽ നിന്നും ഒരില പൊട്ടിച്ചെടുത്ത് ഞാൻ രാവിലെ പല്ലുതേപ്പു കർമ്മം

നടത്തിക്കൊണ്ടിരിക്കുമ്പോൾ ആ പെൺകുട്ടി ഒരു പാത്രത്തിൽ ചൂട് കട്ടൻ കാപ്പിയുമായെത്തി. ഞാൻ വേഗത്തിൽ വായയും മുഖവും കഴുകി. ഒരു പഴയ സ്റ്റീൽ ഗ്ലാസിൽ അവൾ കാപ്പി ഒഴിച്ച് തന്നു. നല്ല ചൂടുള്ള ആ കാപ്പി ഞാൻ സാവധാനം ആസ്വദിച്ച് കുടിച്ചു. അവൾ എന്നെ സാകൂതം നോക്കി നിന്നു. അവളുടെ കണ്ണുകൾ ഈറനണിഞ്ഞത് കണ്ടപ്പോൾ ഞാൻ ചോദിച്ചു.

"എന്ത് പറ്റി കണ്ണ് നിറഞ്ഞിരിക്കുന്നല്ലോ?"

"ഞാൻ അച്ഛനെ ഓർത്തു പോയി, അച്ഛന് ഏറ്റവും ഇഷ്ടപ്പെട്ട ബനിയനും ലുങ്കിയുമാണിത്"

അതിന് പ്രത്യേകിച്ച് ഒരു മറുപടിയും എനിക്ക് പറയാനായില്ലെങ്കിലും അല്പനേരം ഞാനും അവളുടെ ദു:ഖത്തിൽ പങ്കു ചേരുന്നത് പോലെ മൗനമായി നിന്നതിന് ശേഷം ചോദിച്ചു.

"എന്താ നിന്റെ പേര്?"

"കനി''

"നല്ല പേര്"

"അച്ഛനിട്ട പേരാ"

"ഉം, എനിക്ക് ഭക്ഷണം തരാൻ ഗൗണ്ടറാണോ പറഞ്ഞത്?

"അല്ല, സെൽവ അണ്ണൻ"

"അതാരാ?"

"നിങ്ങളെ ഇവിടെ കൊണ്ടു വന്നാക്കിയ ആൾ "

അപ്പോഴാണ് ആ തടിച്ച് കുറുകിയ മനുഷ്യന്റെ പേര് സെൽവനാണെന്ന് ഞാനറിഞ്ഞത്.

"സെൽവൻ നിനക്ക് പൈസ തന്നിരുന്നോ?"

"ഇല്ല, പക്ഷേ അയാൾ ഗൗണ്ടറുടെ കൈയിൽ നിന്നും പിന്നെ വാങ്ങി തരും, അതാ പതിവ് "

"ആണോ അപ്പോ മുമ്പും ആളുകളെ സെൽവൻ ഇവിടേയ്ക്ക് കൊണ്ടുവന്നിട്ടുണ്ടോ?'

"ഓ, ഒന്നു രണ്ടാളുകൾ വന്നിട്ടുണ്ട് "

"ഗൗണ്ടറിന്റെ സുഹൃത്തുക്കൾ ആയിരിക്കും?"

"അല്ല, ആ വഷളന്മാര് എസ്റ്റേറ്റിലെ മോട്ടോർ റിപ്പയർ ചെയ്യാൻ വന്നവരായിരുന്നു, രണ്ട് ദിവസമുണ്ടായിരുന്നു, നിങ്ങൾ എത്ര ദിവസം കാണും?"

"അറിയില്ല, ഞാൻ വന്ന കാര്യം നടന്നാൽ ഉടനെ മടങ്ങും"

"ശരി, ഞാൻ കുറച്ച് കഴിഞ്ഞ്, പുട്ടും ചായയും ആയി വരാം"

അവൾ പോയപ്പോൾ മൃണാളിനി എസ്റ്റേറ്റ് ബംഗ്ലാവിലുണ്ടോ എന്ന് എങ്ങനെ അറിയും എന്ന് ചിന്തിച്ച് ഞാൻ കോലായിലിരുന്നു. ഒരു മണിക്കൂർ കഴിഞ്ഞപ്പോൾ സെൽവൻ അവിടേയ്ക്ക് വന്നു. ഗൗണ്ടറുടെ എസ്റ്റേറ്റ് ബംഗ്ലാവിലേക്ക് പത്തു മണിക്ക് എന്നോട് ചെല്ലാൻ പറഞ്ഞിട്ട് അയാൾ പോയി. മുമ്പ് ഉണ്ടായിരുന്ന വലിയൊരു തെളിച്ചം ഇത്തവണ അയാളുടെ മുഖത്ത് ഞാൻ കണ്ടില്ല. ഇന്നലത്തെ സംഭവത്തിന്റെ ജാള്യതയായിരിക്കും കാരണമെന്ന് ഞാനൂഹിച്ചു. കനി കൊണ്ടുവന്ന പുട്ടും കടലക്കറിയും ഞാൻ അകത്താക്കിയതിന് ശേഷം നേരെ ബംഗ്ലാവിനെ ലക്ഷ്യമാക്കി നടന്നു.

സമയം ഒൻപതായിട്ടേ ഉള്ളൂ. വിവിധ ഭാഗങ്ങളിലേയ്ക്ക് തൊഴിലാളികളെ കൊണ്ടു പോകാനായി ടാക്സി ജീപ്പുകൾ എത്തിയിട്ടുണ്ട്. എല്ലാവരുടെയും കൈകളിൽ ഭക്ഷണപ്പാത്രവും ഉണ്ട്. കടകൾ ചിലതെല്ലാം തുറന്നിട്ടുണ്ടെങ്കിലും വലിയ തിരക്ക് എവിടെയും ഇല്ല. തെരുവ് പ്രഭാതത്തിന്റെ കുളിരിൽ അപ്പോഴും പുതഞ്ഞ് കിടന്നു. ഞാൻ സാവധാനം നടന്നു. വഴിയിൽ നിന്ന ഒരു തൊഴിലാളിയോട് ബംഗ്ലാവ് എവിടെയാണെന്ന് ചോദിച്ചപ്പോൾ അയാൾ ദേഷ്യ ഭാവത്തിൽ എന്നെ നോക്കി, ഒന്നും മിണ്ടാതെ എന്തോ പിറുപിറുത്തു കൊണ്ട് നടന്ന് പോയി. ഞാൻ

അടുത്തു കണ്ട ഒരു മസാലക്കടയിലെ ചേട്ടനോട് വഴി ചോദിച്ചു. അയാൾ പറഞ്ഞതനുസരിച്ച് ഞാൻ നടന്നു. വളരെ കുറഞ്ഞ ദൂരമേ ഉള്ളൂ എങ്കിലും ഒരു പാട് വഴികൾ എട്ടുകാലി വല പോലെ സങ്കീർണ്ണമായി കിടന്നു. ഞാൻ ബംഗ്ലാവിന്റെ ഗേറ്റിന് മുന്നിലെത്തിയപ്പോൾ സെൽവൻ ഒരു പുളിച്ച ചിരിയുമായി എന്റെ അരികിലേക്ക് വന്നു. അയാൾ ഗേറ്റിലെ ചെറിയ വാതിലിലൂടെ അകത്ത് കയറി, ഞാനും അയാളെ അനുധാവനം ചെയ്തു. ബംഗ്ലാവിന്റെ വലത്തെ മൂലയിലുണ്ടായിരുന്ന ഔട്ട് ഹൗസിലേക്കാണ് അയാൾ എന്നെ കൂട്ടിക്കൊണ്ട് പോയത്. അതിന് പുറത്ത് നാലഞ്ച് മരക്കസേരകൾ ഉണ്ടായിരുന്നു. സെൽവൻ ചൂണ്ടിക്കാണിച്ച ഒന്നിൽ ഞാനിരുന്നു. ഇപ്പോൾ വരാമെന്നും പറഞ്ഞ് അയാൾ പോയി. ഒരു വലിയ കറുത്ത നായ അപ്പോൾ എവിടെ നിന്നോ ഓടി വന്നു. അതിന്റെ വായയിൽ നിന്നും നാവ് വെളിയിലേക്ക് വല്ലാതെ നീണ്ടു കിടന്നു. ഞാൻ ശ്വാസമടക്കിപ്പിടിച്ച് അവിടെ തന്നെ ഇരുന്നു. അതിന്റെ കഴുത്തിൽ ഒരു ലെതർ സ്ട്രാപ്പ് ഉണ്ടായിരുന്നു. ഗൗണ്ടർ വളർത്തുന്നതാകും ഞാൻ ഊഹിച്ചു. അത് എന്നെ വന്ന് ഒന്ന് മണത്ത് നോക്കി. പിന്നെ രണ്ടടി പിറകിലേയ്ക്ക് മാറി നിന്ന് ഉറക്കെ കുരച്ചു. ആ ശബ്ദം അവിടമാകെ പ്രതിഫലിച്ചു. കുര കേട്ട് ശെൽവൻ എവിടെ നിന്നോ ഓടി വന്നു.

"കറിയാ ബേടാ"

അയാൾ നായയെ പതിയെ എന്റെ അരികിൽ നിന്നും തള്ളിമാറ്റി. അത് സാവധാനം ബംഗ്ലാവിന്റെ അരികിലേയ്ക്ക് നടന്നു പോയി. എന്റെ ശ്വാസം, നിലച്ച ഘടികാരം പോലെ അല്പനേരത്തേക്ക് നിശ്ചലമായിപ്പോയി. നായ പോയപ്പോഴാണ് ഒരു ദീർഘനിശ്വാസം എന്നിൽ നിന്നും ഉതിർന്ന് വീണത്. രണ്ട് സ്ത്രീ തൊഴിലാളികൾ ഞങ്ങൾക്കരികിലേക്ക് വന്നു. അതിൽ വെളുത്തു തടിച്ച സ്ത്രീ സെൽവനോട് അല്പം ശൃംഗാര

ഭാവത്തിൽ സംസാരിച്ച് തുടങ്ങി. അയാൾക്ക് അവരുമായി വഴിവിട്ട ബന്ധം ഉള്ളത് പോലെ എനിക്കനുഭവപ്പെട്ടെങ്കിലും ഞാൻ അതൊന്നും ശ്രദ്ധിക്കാതെ ഗൗണ്ടർ വരുന്നതും കാത്ത് ബംഗ്ലാവിലേക്ക് നോക്കിയിരുന്നു. കറുത്ത് മെല്ലിച്ച പല്ലുന്തിയ മറ്റേ സ്ത്രീ അവിടമാകെ അടിച്ച് വാരാൻ തുടങ്ങി. അവർക്ക് അധ്വാനിച്ചാലേ കൂലി കിട്ടൂ. മറ്റവൾ സെൽവനെ നന്നായി രസിപ്പിച്ച് കൊണ്ടിരുന്നു. അയാൾ അവിടുത്തെ ഒരു കങ്കാണിയാണ്. തൊഴിലാളികൾ അയാളെ അണ്ണാ എന്നാണ് വിളിക്കുന്നത്. ഗൗണ്ടറുടെ മിക്കവാറും രഹസ്യ ഇടപാടുകൾ ഇയാൾക്ക് അറിയാമെന്ന് എനിക്ക് തോന്നിത്തുടങ്ങി.

പത്ത് മണിയോടെ ഗൗണ്ടർ ബംഗ്ലാവിന്റെ മട്ടുപ്പാവിൽ പ്രത്യക്ഷപ്പെട്ടു. സെൽവൻ എന്നെയും കൂട്ടി ബംഗ്ലാവിന്റെ പൂമുഖത്തിനരികിലേയ്ക്ക് നടന്നു. ഞങ്ങളെ കണ്ടപ്പോൾ ഗൗണ്ടർ താഴേക്ക് ഇറങ്ങി വന്നു. അയാളുടെ മുഖത്ത് ഗൗരവം തളം കെട്ടി നിന്നു. കൊത്തുപണികളാൽ കമനീയമായ ഒരു വലിയ കസേരയിൽ അയാൾ ഇരുന്നു. അതിന്റെ രണ്ട് കൈപ്പിടികളിലും വായ തുറന്ന് പിടിച്ച സിംഹത്തലയുടെ രൂപം ഭംഗിയായി കൊത്തിവെച്ചിട്ടുണ്ട്. ഗൗണ്ടറിന്റെ കരങ്ങൾ അതിൽ തഴുകിക്കൊണ്ടിരുന്നു. അയാൾ എന്നെ നോക്കുന്നതേയില്ല. ദൂരെയ്ക്ക് ദൃഷ്ടി പായിച്ചിരിക്കുന്ന അയാൾ ഏതോ ചിന്തയിലാണെന്ന് തോന്നി. സെൽവൻ എനിക്കരികിലായി ഒരു പാവത്താനെപ്പോലെ നില്ക്കുന്നത് കണ്ടപ്പോൾ എനിക്ക് ഉള്ളിൽ ചിരി വന്നു. ഭാര്യയുടെ മുകളിൽ കുതിര കയറുന്ന ധീരൻ ഇവിടെ എലിയെപ്പോലെയാണ്. അവശരെ വീണ്ടും ചവിട്ടി താഴ്ത്താനേ ബലഹീനർ നോക്കൂ. തിരിച്ച് പ്രതികരിക്കാത്തവരെ അവർ ഭയപ്പെടുത്തുന്നു, ആക്രമിക്കുന്നു. ഞാൻ ചിന്തകളോട് വിട പറഞ്ഞ് ഗൗണ്ടറിന്റെ മുഖത്തേയ്ക്ക് നോക്കിക്കൊണ്ട് പറഞ്ഞു.

"എന്നോട് വരാൻ പറഞ്ഞിരുന്നു"

"ഉം, നിങ്ങൾക്ക് മൃണാളിനിയെപ്പറ്റി എന്താണ് അറിയേണ്ടത്?"

"അങ്ങിനെ പ്രത്യേകിച്ച് ഒന്നും അറിയാനില്ല, പക്ഷേ അവൾ എനിക്ക് നേരെ നീട്ടിയ ഒരു കവർ അന്ന് വാങ്ങാൻ സാധിച്ചില്ല, അതിലെന്തായിരുന്നു എന്നറിയാൻ താല്പര്യമുണ്ട് "

"അത് അറിയാൻ വേണ്ടി മാത്രമാണോ നിങ്ങൾ ഇത്രയും ദൂരം സഞ്ചരിച്ച് വന്നത്?, വിശ്വസിക്കാൻ അല്പം ബുദ്ധിമുട്ടുണ്ട്"

"ഞാൻ എന്തിനാണ് ഈ സാഹസത്തിന് മുതിരുന്നത് എന്ന് എന്നോട് തന്നെ പല തവണ ചോദിച്ചതാണ്,എനിക്കുത്തരമില്ല"

ഗൗണ്ടർ സെൽവനോട് പൊയ്ക്കൊള്ളാൻ ആംഗ്യം കാണിച്ചു എന്നിട്ട് ഒരു ദീർഘനിശ്വാസത്തോടെ പറഞ്ഞു.

"ചില കാര്യങ്ങൾ അങ്ങിനെയാണ്, ആർക്കും മനസ്സിലാകാത്ത വഴിയിലൂടെ നാം എന്തിനോ വേണ്ടി സഞ്ചരിക്കും, എനിയ്ക്ക് നിങ്ങളെ മനസ്സിലാക്കാനാവും, ഞാനും അങ്ങിനെ നടത്തിയ ഒരു യാത്രയിലാണ് അവളെ കണ്ടുമുട്ടിയത്"

"ആരെ?"

"എന്റെ ഭാര്യയെ"

അയാൾ ഇരിപ്പിടത്തിൽ നിന്നും എഴുന്നേറ്റു. എന്റെ അരികിലേയ്ക്ക് വന്നു. എന്റെ കൈകളിൽ പിടിച്ചു കൊണ്ട് പറഞ്ഞു.

"നമുക്ക് ഒരിടം വരെ പോയാലോ?"

"ശരി"

അയാൾ അകത്ത് പോയി ജീപ്പിന്റെ താക്കോൽ എടുത്ത് വന്നു. ജീപ്പ് ഞങ്ങളെയും കൊണ്ട് മലഞ്ചെരുവിലൂടെ കുതിച്ച് പാഞ്ഞു.

ജീപ്പ് ഒരു ഉയരമുള്ള കുന്നിൻ മുകളിലേയ്ക്ക് വലിഞ്ഞ് കയറി. വലിയ പാറയിൽ കൊത്തിയെടുത്ത ഒരു സ്ത്രീയുടെ അർദ്ധനഗ്നമായ ഒരു മനോഹര ശില്പത്തിനരികെ ഗൗണ്ടർ വണ്ടി നിർത്തി. ഒരു കിതപ്പോടെ അത് ഒന്ന് വിറച്ചതിന് ശേഷം നിശ്ചലമായി. പുറത്തിറങ്ങിയ അയാൾ എന്നോട് പറഞ്ഞു.

"പുറത്തേക്ക് ഇറങ്ങൂ "പുറത്തിറങ്ങിയ ഞാൻ ശില്പത്തിന്റെ അരികിലേയ്ക്ക് നടന്നു.

ആ മനോഹര ശില്പം എന്നെ വല്ലാതാകർഷിച്ചു. അതിന്റെ രൂപ സൗകുമാര്യത്തിൽ ഞാൻ ലയിച്ച് നിന്നു. ആ ശില്പത്തിന്റെ കണ്ണുകളിൽ ഉന്മാദം തളം കെട്ടി നിന്നു. രൂപഭംഗിയാർന്ന മാറിടവും വടിവൊത്ത അരക്കെട്ടും പുറവടിവിൽ ഒഴുകിയിറങ്ങിയ നിതംബവുമെല്ലാം അതിൽ കൃത്യമായ അളവിൽ സമ്മേളിച്ചിരിക്കുന്നു.

"അതിമനോഹരം" ഞാൻ ശില്പത്തെ നോക്കി പറഞ്ഞു.

"അതെ, നൂറ്റാണ്ടുകൾക്ക് മുമ്പ് ഒരു ശില്പി കൊത്തിയെടുത്തതാണ് "

"ഇപ്പോഴും ഇതിന് ജീവൻ ഉള്ളത് പോലെ"

"അത്, ശില്പിയുടെ മാത്രം കഴിവല്ല, ഒരു സുന്ദരി ഇതേ പോലെ അയാൾക്ക് മുമ്പിൽ ഒരേ ഭാവത്തിൽ സ്വയം അർപ്പിച്ച് നിന്നപ്പോൾ ഉടലെടുത്തതാണ് ഈ വിസ്മയം, ഇത് ഒരു ദേവദാസിയുടെ ശില്പമാണ്"

"ഒരു മോഡൽ ഉണ്ടാവും അല്ലേ?"

"ഉം, ഞാനും എന്റെ ഭാര്യയും ഇടയ്ക്ക് ഇവിടെ വരാറുണ്ടായിരുന്നു. അവൾക്ക് ഈ ശില്പം വലിയ ഇഷ്ടമായിരുന്നു."

"ഭാര്യ?"

"അവൾ രണ്ട് വർഷം മുമ്പ് ഈ ലോകം വിട്ടു പോയി, ഇവിടെ വന്ന് നില്ക്കുമ്പോൾ അവൾ കൂടെയുള്ളത് പോലെ

തോന്നും, അത് കൊണ്ടാണ് ഞാൻ നിങ്ങളെ ഇവിടേക്ക് കൂട്ടിക്കൊണ്ട് വന്നത് "

"സോറി, എനിക്ക് നിങ്ങളുടെ ദു:ഖം മനസ്സിലാക്കാനായില്ല"

"എല്ലാവർക്കും എന്തെങ്കിലും സ്വകാര്യ ദു:ഖങ്ങൾ ഉണ്ടാവും, അത് അവർക്ക് വലുതായി തോന്നും, മറ്റുള്ളവർക്ക് അങ്ങിനെ തോന്നണമെന്നില്ല"

"അനുഭവിക്കുന്നവർക്ക് അത് തീവ്രമായി തോന്നും"

"അത്തരത്തിലുള്ള ഒരു തോന്നലാണ് നിങ്ങളെയും ഇവിടെ എത്തിച്ചത്?, ശരിയല്ലേ?''

"ആയിരിക്കാം..."

"ഞാൻ നിങ്ങളോട് ഒരു കഥ പറയാം, ഇതിന്റെ അവസാനം നിങ്ങൾ തന്നെ ഒരു തീരുമാനം പറഞ്ഞ് തരണം"

"ഞാനോ?, അതിന് ആ കഥയുമായി എനിക്കെന്തെങ്കിലും ബന്ധമുണ്ടോ?"

"അത് ,നിങ്ങൾ ഇത് കേട്ടതിന് ശേഷം തീരുമാനിക്കൂ"

"ശരി, പറയൂ"

"വരൂ, നമുക്ക് ആ ചെങ്കുത്തായ പാറയുടെ മുകളിൽ ചെന്നിരിക്കാം" അയാൾ ദൂരെയുള്ള ഏറ്റവും ഉയർന്ന പാറ ചൂണ്ടിക്കാണിച്ചു കൊണ്ട് പറഞ്ഞു. ഞാൻ അയാൾക്ക് പിന്നാലെ സാവധാനം ആ പാറയിൽ അള്ളിപ്പിടിച്ച് കയറാൻ തുടങ്ങി.

പാറയുടെ ഏറ്റവും മുകളിലായി നിരപ്പായ സ്ഥലത്ത് ഞങ്ങളിരുന്നു. താഴേക്ക് നോക്കിയപ്പോൾ എന്റെ ഹൃദയമിടിപ്പിന്റെ വേഗം വല്ലാതെ ഉയർന്നെങ്കിലും പുറത്ത് ഒരു പുഞ്ചിരിയുടെ ആവരണവും ഒട്ടിച്ച് ഞാൻ ഇരുന്നു. ദൂരെ നീലാകാശത്ത് ഒരു കൂട്ടം പക്ഷികൾ കിഴക്ക് ദിക്കിനെ ലക്ഷ്യമാക്കി താളത്തിൽ മുന്നേറിക്കൊണ്ടിരുന്നു. താഴ്വാരത്തിലെ വൃക്ഷലതാദികൾ പച്ച പുതച്ച് നിന്നു. ഗൗണ്ടർ ശില്പത്തെ ചൂണ്ടിക്കാണിച്ച് കൊണ്ട് പറഞ്ഞു.

"ഇപ്പോൾ നിങ്ങൾ അവളെ നോക്കൂ, എന്തെങ്കിലും പരിചയം തോന്നുന്നുണ്ടോ?"

അയാൾ ചൂണ്ടിയ ദിക്കിലേക്ക് നോക്കിയപ്പോൾ എനിക്ക് വിശ്വസിക്കാനായില്ല. സൂര്യകിരണങ്ങൾ ഏറ്റ് ശോഭിക്കുന്ന ആ പ്രതിമയുടെ മുഖം മൃണാളിനിയുടെ ഛായയിൽ മുങ്ങി നിന്നു. അതെ അവളുടെ അതേ രൂപം വിടർന്ന നയനങ്ങൾ ഉയർന്ന നാസിക പുഞ്ചിരിയൊളിപ്പിച്ച അധരങ്ങൾ, പക്ഷേ താഴെ നിന്ന് നോക്കിയപ്പോൾ എനിക്ക് അത് മനസ്സിലായിരുന്നില്ല.

"അതെ, ഇവിടെ നിന്നും നോക്കുമ്പോൾ മൃണാളിനിയെ പോലെ തന്നെയുണ്ട് "

"അതിനാണ് ഞാൻ നിങ്ങളെ ഈ പാറയ്ക്കു മുകളിലേയ്ക്ക് കൊണ്ടുവന്നത്, താഴെ നിന്നും ശില്പത്തിൻ്റെ സൗന്ദര്യം കാണാൻ കഴിയില്ല, അത് ആസ്വദിക്കണമെങ്കിൽ ശില്പത്തിന്റെ അതേ ഉയരത്തിൽ നിന്ന് നോക്കണം"

"പക്ഷേ, എത്രയോ പഴക്കമുള്ള ഈ ശില്പത്തിന് എങ്ങിനെയാണ് മൃണാളിനിയുടെ രൂപവും ഛായയും വന്നത്?"

"നിങ്ങളുടെ എല്ലാ ചോദ്യങ്ങൾക്കും മറുപടി പറയാൻ ഞാനാളല്ല, എന്നാലും കർണ്ണാടകയിലെ വിവിധ ഭാഗങ്ങളിൽ നില നിൽക്കുന്ന ദേവദാസി സമ്പ്രദായത്തെപ്പറ്റി അറിയുമായിരിക്കും "

"ഉം, കുറച്ചൊക്കെ കേട്ടിട്ടുണ്ട്" ഞാൻ അയാളുടെ മുഖത്തേയ്ക്ക് അക്ഷമയോടെ നോക്കിയപ്പോൾ അയാൾ പറഞ്ഞു തുടങ്ങി.

"അങ്ങിനെ ദേവദാസിയായി മാറിയ മൃൺമയിയെന്ന ഒരു പെൺകുട്ടിയുടെ രൂപമാണിത്, ഇങ്ങനെ ശില്പം സൃഷ്ടിക്കപ്പെടുന്നതോടെ മാതൃകയായി നിന്ന ആ പെൺകുട്ടിയെ ശില്പദോഷ പരിഹാരാർത്ഥം

കൊന്നുകളയുകയാണ് പതിവ്, പക്ഷേ ഈ കഥയിൽ ശില്പിയ്ക്ക് അവളോട് കടുത്ത പ്രണയം ഉണ്ടാവുകയും അവർ ശില്പം പൂർത്തിയായ അന്നു രാത്രി ഇവിടെ നിന്നു നാടുവിടുകയും ചെയ്തു. നാടുവാഴിക്ക് അവരെ കണ്ടെത്താൻ കഴിഞ്ഞില്ല. ഒരുപാട് അലഞ്ഞ് തിരിഞ്ഞ അവർ കേരളത്തിലെ ഒരുൾ ഗ്രാമത്തിൽ എത്തിച്ചേരുകയും ആ ശില്പി അമ്മിയും ഉരലും മറ്റും കൊത്തിയെടുത്ത് ഉപജീവനം നടത്തി വരികയും ചെയ്തു. കണ്ടുപിടിക്കപ്പെടും എന്ന് കരുതി പിന്നീട് ഒരിക്കലും അയാൾ ശില്പങ്ങൾ നിർമ്മിച്ചില്ല. അവരുടെ താവഴിയിലാണ് എന്റെ അമ്മ ജനിക്കുന്നത് പേര് മൃദുലാംഗന. അമ്മയ്ക്ക് മൃദുവാണി എന്നൊരു സഹോദരി കൂടിയുണ്ടായിരുന്നു. അവർ ഒരു യുവാവുമായി അടുപ്പത്തിലാവുകയും നാടു വിട്ടു പോവുകയും ചെയ്തു. പിന്നീട് അവരെ ഞങ്ങളാരും കണ്ടിരുന്നില്ല. പക്ഷേ അമ്മ അവരെ മരിക്കുവോളം അന്വേഷിച്ച് കൊണ്ടിരുന്നു. മരിക്കാറായപ്പോൾ എന്നെ ആ ദൗത്യം ഏല്പിച്ചു. ആദ്യം കുറച്ച് കാലം ഞാൻ പല സ്ഥലങ്ങളിൽ അന്വേഷിച്ച് നടന്നെങ്കിലും എന്റെ കല്യാണം കഴിഞ്ഞതോടെ ഞാൻ തിരച്ചിൽ നിർത്തി. ഇടയ്ക്ക് അമ്മയെ ഓർക്കുമ്പോൾ മാത്രം അതേപ്പറ്റി ചിന്തിച്ചു. ഭാര്യയുടെ മരണത്തോടെ ഏകാന്തതയുടെ തടവുകാരനായ ഞാൻ വീണ്ടും പഴയ അന്വേഷണം തുടങ്ങി. ഒടുവിൽ ഞാൻ മൃണാളിനിയിൽ എന്റെ അമ്മയുടെ സഹോദരിയുടെ മകളെ കണ്ടെത്തി. അപ്പോഴേക്കും അവളുടെ അമ്മയും അച്ഛനുമെല്ലാം മരണപ്പെടുകയും അവൾ ഒരു അഭിസാരികയായി മാറിക്കഴിയുകയും ചെയ്തിരുന്നു. ഞാൻ അവളോട് എല്ലാ കാര്യങ്ങളും തുറന്ന് പറഞ്ഞു. ഇങ്ങോട്ടേയ്ക്ക് കൂട്ടിക്കൊണ്ടു വരാനുള്ള ഏർപ്പാടുകൾ ചെയ്ത് രവി എന്നൊരാൾക്ക് പണവും നല്കി. നിങ്ങളെ അവൾക്ക് ഇഷ്ടമായിരുന്നു. അതാണ് വിവരങ്ങൾ എഴുതിയ

കത്ത് നിങ്ങൾക്ക് നേരെ അവൾ നീട്ടിയത്. നിങ്ങൾ അത് വാങ്ങിയില്ല. അവളെ രവി മംഗലാപുരത്ത് എത്തിച്ചു. അവളെ അന്വേഷിച്ച് ആരും വരില്ലെന്ന് ഞാനും അവളും ഉറച്ച് വിശ്വസിച്ചു. പക്ഷേ എന്റെ പ്രതീക്ഷകളെ തകർത്ത് കൊണ്ട് നിങ്ങൾ അവളെത്തേടിയെത്തി. നിങ്ങൾ വന്ന കാര്യം അവൾ ഇതുവരെ അറിഞ്ഞിട്ടില്ല. എനിക്ക് അവളോടൊത്ത് ഇനിയുള്ള കാലം ജീവിക്കാൻ ആഗ്രഹമുണ്ട്. അത് നിങ്ങളുടെ തീരുമാനം അറിഞ്ഞ ശേഷം മാത്രം, ഇനി പറയൂ, ഞാനെന്ത് ചെയ്യണം?''

അയാൾ ഇതെല്ലാം പറയുമ്പോൾ ഞാൻ എല്ലാം മൂളി കേൾക്കുകയായിരുന്നു. അവസാനം എന്റെ ഊഴമെത്തിയപ്പോൾ എനിക്ക് ഒന്നും മിണ്ടാൻ സാധിക്കാതായി. ഞാൻ ശില്പത്തെ ഒന്നു കൂടി നോക്കി. അത് ആദ്യത്തേതിലും സുന്ദരിയായ പോലെ തോന്നി.

എന്റെ മനസ്സിൽ ചിന്തകൾ കടിപിടി കൂടിക്കൊണ്ടിരുന്നു. മൃണാളിനിയെ എന്തിനാണ് തേടി വന്നത് എന്നതിന്റെ ഉത്തരം അപ്പോഴാണ് എനിക്ക് ശരിക്കും ബോധ്യമായത്. ഞങ്ങൾക്കിടയിൽ പ്രണയത്തിന്റെ നേർത്ത പട്ടുനൂൽ ആരോ നെയ്തിട്ടുണ്ട്. പക്ഷേ അത് പരസ്പരം തുറന്ന് പറഞ്ഞില്ല എന്ന് മാത്രം. അവൾ അതറിയിക്കാൻ ആഗ്രഹിച്ചപ്പോൾ ഞാൻ അതറിയാതെയും പോയി. ഇപ്പോൾ മൂന്നാമതൊരാൾ ഞങ്ങൾക്കിടയിലേക്ക് വന്നിരിക്കുന്നു. അയാൾക്ക് അവളുടെ കാര്യത്തിൽ ഇടപെടാൻ ഒരു ബന്ധുബലം കൂടിയുണ്ട്. അവളുടെ പൂർവ്വകാലം അറിഞ്ഞു കൊണ്ട് സ്വീകരിക്കാൻ തയ്യാറായി നിൽക്കുന്ന ഈ മനുഷ്യന്റെ നന്മയെ വിസ്മരിച്ച് കൂടാ. മൃണാളിനിയ്ക്ക് നല്കാൻ എന്റെ കൈയിലെന്താണ് ഉള്ളത്, ഒന്നുമില്ല. ഇവിടെ നിന്നും തിരിച്ച് പോകണമെങ്കിൽ കൂടി ഈ മാന്യൻ കനിയണം. അന്തസ്സായി പെണ്ണിനെ നോക്കാൻ പ്രാപ്തിയില്ലാത്തവന് പ്രണയം ഒരു കൊടുമുടിയാണ്. അതിന്റെ താഴ്വാരങ്ങളിൽ നിന്ന്

അതാസ്വദിച്ച് മടങ്ങാം ,കീഴടക്കാനാവില്ല. സ്വയം കീഴടങ്ങുകയാണെങ്കിൽ അവൾക്ക് സുരഭിലമായ ഒരു ഭാവി ഇയാൾക്കൊപ്പം കിട്ടും. അല്ലെങ്കിലും പ്രണയത്തിന്റെ അർത്ഥം സ്വന്തമാക്കുക എന്നതല്ലല്ലോ? അതിലും വിശാലമായ ഭാവങ്ങൾ അതിനുണ്ട്. അതാണ് എന്നെ ഈ യാത്രയിൽ നയിച്ചതും. അവളെ കണ്ടെത്താൻ കഴിഞ്ഞില്ല എന്ന് കരുതി മടങ്ങാം. മരണംവരെ ആരോടും പറയാതെ അവളെ പ്രണയിക്കാം. ഒരു മനോഹരമായ കാവ്യം പോലെ ആ പ്രണയം ഒരു നിമിഷത്തിൽ നിന്നും മറ്റൊരു നിമിഷത്തിലേയ്ക്ക് ഇടവേളകളില്ലാതെ പ്രപഞ്ചത്തിന്റെ അവസാന ശ്വാസം നിലയ്ക്കുന്നത് വരെ സഞ്ചരിക്കും. ഞാൻ ഇവിടേയ്ക്ക് വന്നത് അവളും അറിഞ്ഞിട്ടില്ല. ഇനി അറിയാനും പോകുന്നില്ല. ആരും തേടി വരില്ല എന്ന അവളുടെ വിശ്വാസം ഒരു പോറലുമേല്ക്കാതെ നിൽക്കട്ടെ.

അല്പസമയം കഴിഞ്ഞപ്പോൾ ഗൗണ്ടർ എന്റെ തോളിൽ കൈവെച്ചു കൊണ്ട് ചോദിച്ചു.

"എന്താ, നിങ്ങൾ ഒന്നും പറയാത്തത്? "

"നിങ്ങൾ അവളെ കണ്ടെത്താൻ എന്നെക്കാളും എത്രയോ അധികം പരിശ്രമിച്ചിട്ടുണ്ട്. വിധി അവളെ നിങ്ങൾക്ക് മുമ്പിൽ എത്തിച്ച് തന്നെങ്കിൽ അവൾ നിങ്ങളുടേതാണ്, ഞാൻ വന്നത് പോലെ മടങ്ങാൻ തയ്യാറാണ്" അത് പറഞ്ഞ് തീരുമ്പോൾ എന്റെ തൊണ്ട ചെറുതായൊന്നിടറിയെങ്കിലും ഞാൻ അത് പുറത്ത് കാണിക്കാതെ ശില്പത്തിലേക്ക് നോക്കിയിരുന്നു.

അയാളുടെ ചുണ്ടുകളിൽ ഒരു മന്ദഹാസം വിടർന്നു. അയാൾ എന്റെ കൈകളിൽ പിടിച്ചു കൊണ്ട് പറഞ്ഞു.

"ശരി, നമുക്കിറങ്ങാം"

ഞങ്ങൾ പാറയുടെ മുകളിൽ നിന്നും സാഹസപ്പെട്ട് ഇറങ്ങാൻ തുടങ്ങി. ഒരു വേള കാൽ വഴുതി വീഴാൻ പോയ എന്നെ അയാൾ താങ്ങി നിർത്തി. താഴെ എത്തിയപ്പോൾ

ഞാൻ ശില്പത്തെ നോക്കിക്കൊണ്ട് അയാളോട് പറഞ്ഞു.

"വല്ലപ്പോഴും ഇവിടെ വന്നിരിക്കാൻ മാത്രം ഒരു മോഹംണ്ട്
"

അയാൾ എന്നെ നോക്കി പുഞ്ചിരിച്ചു. ജീപ്പ് സ്റ്റാർട്ട് ചെയ്തു. വഴിയിലുടനീളം ഞാൻ മൃണാളിനിയെപ്പറ്റി ഓർത്തു കൊണ്ടിരുന്നു.

ഗൗണ്ടർ എന്നെ നേരെ കൊണ്ടുപോയത് മംഗലാപുരം റെയിൽവെ സ്റ്റേഷനിലേക്കാണ്. യാത്രയിൽ ഞങ്ങൾ കൂടുതലായി ഒന്നും സംസാരിച്ചിരുന്നില്ല. സന്ധ്യയോടെ സ്റ്റേഷനിൽ എത്തി. ഗൗണ്ടർ കോഴിക്കോടേക്കുള്ള ഒരു ടിക്കറ്റ് എടുത്ത് എനിയ്ക്ക് തന്നു. അദ്ദേഹം കൈയിലെ ചെറിയ ബാഗിൽ നിന്നും ഒരു ബാങ്ക് ചെക്ക് ബുക്ക് എടുത്ത് ഒരു ലീഫ് അതിൽ നിന്നും പറിച്ചെടുത്തു, അതിൽ ഒരൊപ്പിട്ട് തുകയെഴുതാതെ എനിക്ക് നേരെ നീട്ടിക്കൊണ്ട് പറഞ്ഞു.

" നിങ്ങൾക്ക് ആവശ്യമുള്ളത് എഴുതി എടുക്കാം''

"സോറി സാർ, പണം തേടിയല്ല ഞാൻ ഇവിടേക്ക് വന്നത്, പിന്നെ ഒറ്റത്തടിയായ എനിക്ക് കഴിയാനുള്ള വകയുണ്ടാക്കാൻ ഈ ആരോഗ്യം ധാരാളമാണ് "

"എന്നാലും നാട്ടിൽ ചെന്ന് വല്ല കച്ചവടവും ചെയ്ത് ജീവിക്കാൻ ഇത് ഉപകരിക്കും"

"വേണ്ട സാർ, താങ്കളുടെ നല്ല മനസ്സിന് നന്ദി"

"ശരി, പിന്നെ താങ്കൾക്ക് എന്താണ് വേണ്ടത്? "

"ഒരാഗ്രഹം പറഞ്ഞോട്ടേ?"

"തീർച്ചയായും "

"ആ കുന്നിൻ മുകളിലെ പ്രതിമയെ വല്ലപ്പോഴും വന്ന് കാണാൻ ഒരനുവാദം തന്നൂടേ?"

ഗൗണ്ടർ എന്നെ കെട്ടിപ്പിടിച്ചു. അദ്ദേഹത്തിന്റെ കണ്ണുകൾ നിറഞ്ഞ് തുളുമ്പുന്നത് ഞാൻ കണ്ടു. അപ്പോൾ ഒരു ഭീകര ശബ്ദത്തോടെ ട്രെയിൻ ഞങ്ങൾക്കരികിലൂടെ

കെ ആർ അജിത്ത്

കരിമേഘങ്ങൾ തുപ്പിക്കൊണ്ട് ഇരച്ചെത്തി...

www.ingramcontent.com/pod-product-compliance
Lightning Source LLC
LaVergne TN
LVHW040437051026
849517LV00002B/649
* 9 7 9 8 8 8 6 6 7 4 0 1 9 *